आत्मबली, बुद्धिबली
आणि
बाहुबली हनुमान

नेतृत्वशील व्यक्तींना मार्ग दाखवणारी लीडरशिप

'विचारनियम' या बेस्टसेलर पुस्तकाचे रचनाकार
सरश्री

सकाळ प्रकाशन

सकाळ प्रकाशन

Aatmabali, Buddhibali aani Bahubali Hanumaan

Netrutvasheel Vyaktinna Marg Dakhavnari Leadership

by **Sirshree** Tejparkhi

First published in Marathi by Sakal Media Pvt. Ltd.

आत्मबली, बुद्धिबली आणि बाहुबली हनुमान

नेतृत्वशील व्यक्तींना मार्ग दाखवणारी लीडरशिप

सरश्री तेजपारखी

प्रथम आवृत्ती	:	एप्रिल २०१९
मुखपृष्ठ	:	मधुमिता शिंदे
मांडणी व मुद्रितशोधन	:	अश्विनी महाजन
प्रकाशक	:	सकाळ मीडिया प्रा. लि. ५९५, बुधवार पेठ, पुणे ४११ ००२
ISBN	:	978-93-87408-62-3
संपर्क	:	०२०-२४४० ५६७८ / ८८८८८ ४९०५० sakalprakashan@esakal.com

ज्यांच्यात बाल हनुमान विराजमान असतात...
अशा विश्वातील सर्व खोडकर मुलांना
प्रस्तुत पुस्तक समर्पित

पुस्तकाचा लाभ कसा घ्याल ?

भगवान हनुमानांच्या कित्येक कथा प्रचलित आहेत. परंतु त्या कथांचा गाभा, त्यांचे आंतरिक स्पष्टीकरण तुरळकच आढळते. प्रस्तुत पुस्तकात हनुमंतांच्या कथांमध्ये दडलेल्या गहन अर्थावर प्रकाश टाकला आहे. त्याचबरोबर कथांमधील गूढ सत्यही वाचकांसमोर उलगडले आहे. या संपूर्ण पुस्तकाचा अधिकाधिक लाभ आपण पुढीलप्रमाणे घ्यावा :

१. स्वतःमध्ये नेतृत्व कौशल्य म्हणजेच लीडरचे गुण प्राप्त करण्यासाठी अध्याय ४ आणि ५ मध्ये, 'हनुमानाकडून शिका लीडरगम म्हणजे लीडर्सना मार्ग दाखवणाऱ्या लीडरशिपचा गुण'.
२. अध्याय ७ मध्ये शिका आत्मनियंत्रणांची आणि संयमाची कला, 'बुद्धिमान दूत हनुमाना'कडून.
३. सुविधांमध्ये न गुरफटता लक्ष्याच्या दिशेने कूच करण्यासाठी वाचा, 'हनुमानाचे अचूक लक्ष्य' अध्याय ८ मध्ये.
४. वचनबद्ध सेवेची कला अवगत करण्यासाठी वाचा, 'सेवेमध्ये वचनबद्धता' अध्याय २१ आणि चरित्र्याचे (नींव नाइन्टीचे) महत्त्व समजून घ्या, 'हनुमानाची विनम्रता आणि चातुर्य' अध्याय ९ मध्ये.
५. विवेक, बुद्धी, सजगता आणि सामर्थ्य यांचे स्वामी असणाऱ्या हनुमानांचे चातुर्य पाहा 'रामराज्याचा पहारेकरी' अध्याय २० मध्ये.
६. हनुमानाची दिव्य कार्ययोजना वाचा, 'लंकाकांड' अध्याय १३ आणि १४ मध्ये.
७. व्यवस्थापन कौशल्य जाणण्यासाठी वाचा, 'दहा चेहऱ्यांच्या मायेची ओळख' अध्याय १७ आणि १८ मध्ये.
८. 'ब्रह्मचारी हनुमाना'चा उद्देश वाचा परिशिष्टाच्या अध्याय १ मध्ये.

अनुक्रमणिका

प्रस्तावना

रामसंग संग्राम रावणासोबत ग्लोबल हनुमान ९

खंड १ कर्मयोग्याची बाललीला १५

१ अनोख्या अवताराची अनोखी जन्मकथा
उच्च चेतनेचा पुत्र १६

२ अज्ञानाचा अंधकार, गुरू सूर्यप्रकाश
शंकांमध्ये आणि फळामध्ये अडकण्याचा परिणाम १९

३ रूपांतरण
रजोगुणी हनुमानाचे सत्त्वगुणी कर्मयोगी हनुमानात २४

खंड २ लीडर-गम हनुमान २९

४ 'लीडर-गम' गुण, शिका हनुमानाकडून
खरे नायकच असतात खरे सेवक ३०

५ खऱ्या लीडर्सचे गुण
प्रभावशाली लीडर बना ३४

६ हनुमानांची सुग्रीवाला साथ
वाली आणि सुग्रीव युद्ध ३९

७ बुद्धिमान दूत हनुमान
आत्मनियंत्रण आणि संयम याचे प्रतीक ४२

८ हनुमानाचे अचूक ध्येय
विस्मरणाची चूक करू नका ४५

९	हनुमानाची विनम्रता आणि चातुर्य	
	अडचणींचा सामना कसा कराल?	४८
१०	बुद्धिबळाचा बळी	
	दया नाही, प्रेम करा	५५
११	श्रीरामाला शरण बिभीषण	
	परीक्षेच्या काळात संतुलन	५९
१२	उच्च चेतनेचे धारक	
	मानसशास्त्री हनुमान	६३
खंड ३	**लंका-कांड : कुशलतेची ओळख**	**६७**
१३	पूर्वनियोजित दिव्य कार्ययोजना	
	लंका-कांड : भाग १	६८
१४	दिव्य योजना कार्यान्वय	
	लंका-कांड : भाग २	७३
१५	श्रीराम कृपेने सर्व शक्य	
	भक्त-भक्ती-भगवान	७८
१६	अहिरावणाचा वध	
	वायुपुत्र हनुमानाचा पुत्र मकरध्वज	८५
१७	संजीवनी पर्वतासमवेत हनुमान	
	कुशल सेनानायक : सिद्ध युद्धप्रबंधक - भाग १	८९
१८	दहा चेहऱ्यांच्या मायेची ओळख	
	कुशल सेनानायक : सिद्ध युद्धप्रबंधक - भाग २	९३
खंड ४	**खऱ्या नायकाची सेवा, भक्ती आणि शक्ती**	**९७**
१९	शोध मोत्यांत... निवास हृदयात...	
	निवास रामरूप रामभक्त	९८
२०	रामराज्याचा पहारेकरी	
	आत्मनियंत्रण कसे प्राप्त कराल?	१०२
२१	सेवेमध्ये वचनबद्धता	
	रामकथा श्रवण वरदान	१०४

२२ गर्वहरण-कथांचा योग्य आशय
शनीदेव आणि भीम यांचे गर्वहरण १०८
२३ गर्वहरण लीला
सुदर्शन चक्र, गरुड, सत्यभामा आणि अर्जुनाचे गर्वहरण १११
२४ भक्त आणि भगवंताचे युद्ध
भगवंतापेक्षा श्रेष्ठ, भगवंताचे नाम ११५
२५ सत्याचा पुनःशोध
लव-कुश आणि हनुमान १२०

परिशिष्ट : हनुमान उपासना कशी कराल? १२३

१ ब्रह्मचारी हनुमान
चार आश्रम १२४
२ कथेचा महिमा
उच्चतम मार्गदर्शिका १२७
३ बजरंग बलीची उपासना कशी कराल?
तेज रंगाचा संग १३१
४ हनुमानाच्या मंदिरामध्ये स्त्रियांना प्रवेश निषिद्ध
चुकीची धारणा १३८

प्रस्तावना
रामसंग संग्राम रावणासोबत ग्लोबल हनुमान

'हनुमान' हे नाव उच्चारताच बली, बाहुबली, महाबली हे तीनही शब्द अनायासपणे आठवतात. 'बल' किंवा 'ताकद' शब्दाबरोबर संपूर्ण बळाचा निश्चित अर्थ कोणता? 'संपूर्ण' या शब्दांतर्गत कोणकोणत्या बळांचा समावेश होतो? असे अनेक प्रश्न नजरेसमोर येतात.

आजवर आपण विविध शक्तीं-बळांसंबंधी ऐकत आलो आहोत. जसे, शारीरिक ताकदीला बाहुबल म्हणतात, तर बुद्धीच्या सामर्थ्याला बुद्धिबळ म्हणतात. मनाच्या क्षमतेचा उल्लेख मनोबल किंवा संकल्पशक्तीचे बळ असा केला जातो. भिन्नभिन्न अशा या बळांना एकत्रित जोडणाऱ्या शक्तीला 'संपूर्ण बळ' संबोधले जाते. यालाच आत्मन बळ (आत्मबळ) असेही म्हणता येईल. आत्मबळ हे मन, शरीर आणि बुद्धी यांच्या समन्वयातून प्रकटते. मात्र, या ताकदीला आत्मज्ञानाचीही जोड आवश्यक असते. अन्यथा हे आत्मबळ संपूर्ण बळ बनत नाही.

सर्व शक्ती प्राप्त केल्यानंतरही आत्मबळाचा अभाव असेल तर मनुष्य अपूर्णच राहतो. तो महाबली बनत नाही. महाबली हनुमंताचे गुण आपल्यामध्येही यावेत यासाठी त्या गुणांचा अत्यंत बारकाईने, सखोल अभ्यास करावा लागेल.

मनुष्याकडे आत्मबळ असेल तर इतर शक्ती त्याच्यासाठी सहजसाध्य असतात. अन्यथा आत्मविकासावर काम करताना काही लोक बाहुबलाला, काही मनोबलाला तर काही बुद्धिबलालाच श्रेष्ठ समजतात. अशा या अपूर्ण समजेअभावी जीवनात ते सर्वोच्च अभिव्यक्तीसाठी पात्र ठरत नाहीत.

वर उल्लेख केलेल्या बलांव्यतिरिक्त सुखसुविधांशी संबंधितदेखील कित्येक बळं आहेत. जसे, धनाचे बळ, पदाचे बळ, प्रसिद्धीचे बळ इत्यादी. ही सर्व आंतरिक आणि बाह्य सामर्थ्ये परस्परांशी जोडली तर त्याला 'तेज बळ' किंवा 'ग्लोबल'

म्हणून संबोधता येईल. ग्लो शब्दाचे अर्थ प्रकाश, तेज, चमक, दीप्ती असेही आहेत.

संपूर्ण ग्लोबला म्हणजेच पूर्ण विश्वाला वर्तमान परिस्थितीत हनुमानाच्या गुणांची आणि बळाची आवश्यकता आहे. त्यामुळेच या पुस्तकामध्ये हनुमानाला 'ग्लोबल हनुमान' या नूतन नावाने संबोधले आहे. अन्यथा, हनुमानाचा अनोखा अवतार हा केवळ भारताच्या सीमारेषांपर्यंतच मर्यादित आहे, असा समज होण्याची दाट शक्यता आहे. वर सांगितलेल्या सर्व शक्ती धारण करणाऱ्या महामानवाचे सुपरमॅनचे रूप आपल्याला हनुमानामध्ये आढळते. यामुळेच प्रस्तुत पुस्तकात 'आत्मन' किंवा 'आत्मबळं' यालादेखील 'ग्लो बल' असे नाव दिले आहे.

नानाविध गुणांचे स्वामी असणाऱ्या महाबली हनुमानांनी आपले श्रेष्ठत्व इतरांसमोर कधीही दर्शवले नाही. या गुणामुळेच ते अधिक बलवान असल्याचे सिद्ध होते.

वीर हनुमान एक आदर्श सेवक, भक्त शिरोमणी तसेच सल्लागार होते. शिवाय, ते बुद्धिमानी, ज्ञानी, सजग असे पहारेकरीही होते. लीडर्सला मार्गदर्शन करणारे खरे मार्गदर्शक, उच्च कोटीचे राजनीतिज्ञ आणि विशेषज्ञही होते आणि आहेतही. हनुमंत सर्वगुणसंपन्न असूनही संपूर्णतः निराभिमानी होते, ही महत्त्वपूर्ण बाब येथे लक्षात घ्यायला हवी. सामान्यतः थोडेफार चांगले गुण असणाऱ्याला आपल्या गुणांचा खूप अभिमान असतो. परंतु हनुमानाला गर्वाचा स्पर्शही झाला नव्हता. त्यांचा हा विनम्रतेचा गुण सेवकांनी आणि सहकाऱ्यांनी अनुकरण करण्यायोग्य आहे. त्याचबरोबर सर्वसामान्य मनुष्यानेही तो अंगीकारण्यासारखा आहे. अन्यथा विद्वान, वीर, पराक्रमी योद्धे आपल्या ज्ञानाच्या, शौर्याच्या अहंकारातच चूर असतात. अर्थातच हनुमान याला अपवाद आहेत. ते विद्वान आणि सत्यसेवकही असल्याने निगर्वी होते आणि आहेत. आपल्या अनंत शक्तींचेही त्यांना स्मरण नसे, हादेखील त्यांच्या विनयाचाच एक पैलू आहे.

हनुमंतांच्या या मनोहारी गुणांचे वर्णन आपल्याला 'वाल्मिकी रामायण', तुलसीदासरचित 'रामचरितमानस' यांमध्ये वाचायला मिळते. शिवाय, अध्यात्मरामायण, आनंदरामायण इत्यादी विभिन्न रामायणांमध्येही त्यांचे वर्णन आहे. हनुमंताला कपींद्र, वानर इत्यादी नावांनीही संबोधले गेले. रामायणातील सर्व संदर्भांनुसार ते वानर जातीचे होते, त्यांना शेपूट होती. मात्र, विविध गुणांचा परिपाक असणाऱ्या हनुमंताला ते 'वानर' आहेत, या गोष्टींचे कधीही विस्मरण झाले नाही.

हे आहे हनुमानाचे स्वरूप! ते स्वतः निराभिमानी होते. तरीही गर्वाने उन्मत्त

असणाऱ्यांच्या गर्वहरणाचे सामर्थ्य आणि योग्यता त्यांच्यामध्ये होती. त्यांनी लंकिणीच्या अभिमानाला छेद दिला. रावणाच्या अहंकाराचा चक्काचूर केला. द्वापारयुगामध्ये सत्यभामा, गरुड, सुदर्शन चक्र, अर्जुन, भीम यांचे गर्वहरण केले. शिवाय, शनीचे गर्वहरणदेखील हनुमानाच्या हातूनच घडले.

'ग्लोबल हनुमानाचे' चरित्र वाचताना बळाची प्राप्ती करण्याची प्रेरणा आपल्याला मिळणार तर आहेच; शिवाय त्या ताकदीसोबत एक समजही आपल्याला प्राप्त करायची आहे. ती म्हणजे, 'सर्व जण एकसमानच आहेत. कुणीही कुणापेक्षाही श्रेष्ठ किंवा वरचढ नाही.' महाबली हनुमानांनी आपल्या गुणांच्या माध्यमातून ही बाब सिद्ध केली.

सर्व भक्तांमध्ये हनुमानांचे चारित्र्यदेखील मर्यादा पुरुषोत्तम श्रीरामांप्रमाणेच सगळ्यांच्या अंत:करणात कोरल गेले आहे. हनुमंतांची ही चरित्ररेषा लक्ष्मणरेषेइतकीच अत्यंत खोलवर आहे. जगातील कोणताही रावण ती ओलांडण्याचे धाडस करू शकत नाही.

आजच्या काळात मजबूत चरित्ररेषा (नींव नाइन्टी) म्हणजेच मर्यादा आखून घेण्याची आवश्यकता आहे. कारण मायारूपी कित्येक रावण आज सररास, सर्वत्र हिंडत आहेत. हनुमानाचे समग्र जीवन समजून घेऊन या रावणांवर अंकुश लावणे, हाच या पुस्तकाचा मुख्य उद्देश आहे.

प्रस्तुत पुस्तकात रामभक्त हनुमानांच्या गुणांना अधोरेखित करून आजच्या युगातील मनुष्यासाठी सत्यउपासनेचे कार्य सहजसुलभ केले आहे. वायुपुत्र हनुमानांचे अलौकिक कर्तृत्व म्हणजे त्यांचे प्रकट, विकसित, उन्मुक्त रूप, त्यांची विलक्षण बुद्धी आणि भक्ती या सर्वांचा एक अनोखा संगम झाला आहे. हा संगम म्हणजे महायुद्धातील विजयाची जणू पताकाच!

हनुमान अमर, अकबर आणि अँथनी आहेत. अमर शब्द उच्चारताच पाठोपाठ अकबर आणि अँथनी शब्ददेखील अनायास जोडले जातात. अमरचा अर्थ आहे, ज्याचा मृत्यू नाही, अकबर म्हणजे ज्याची कबर बनत नाही (अ-कब्र) आणि अँथनी म्हणजे ज्याचा अंत होत नाही. अशा प्रकारे हनुमान अमर आहेत, कारण त्यांना अंत नाही.

रामायणात तसेच महाभारतात सगळ्या पात्रांच्या मृत्यूचा उल्लेख आलेला आहे, परंतु हनुमानासंबंधी असे कोणतेही वर्णन आढळत नाही. या पात्रांपैकी सात पात्रे ही चिरंजिवी म्हणजे 'अ-मर' विशेषणाने ओळखली जातात.

या चिरंजिवींपैकी एक म्हणजे अश्वत्थामा. पण अश्वत्थामा आणि हनुमानाचे अमरत्व हे भिन्नभिन्न आहे. अश्वत्थामा अमर आहेत; परंतु आयुष्यभर त्यांनी क्रोध केला आणि दुःखाला कवटाळले! त्याचप्रमाणे हनुमानदेखील अमर आहेत; परंतु सदैव आनंद-चित्त राहिले! अश्वत्थामांनी महायुद्धामध्ये कपट केल्याने ते शापित झाले. परिणामी, वेदना आणि यातना सहन करता-करता ते अमरत्व भोगत आहेत. त्यामुळे त्यांचे स्मरण करणाराही आपोआप दुःखीच होतो. पण, बजरंग बली खऱ्या अर्थाने आनंदी, अमर आणि 'स्व'मध्ये स्थित आहेत. म्हणून हनुमानाचे स्मरण करणारेदेखील नित्य आनंदी आणि सुदृढ राहतात.

रावणासोबत रामसंग संग्राम करताना हनुमान आढळतात. म्हणून त्यांच्या युद्धाकडे दोन स्तरांवरून पाहता येईल. एकीकडे श्रीरामांप्रति असणाऱ्या आपल्या भक्तीचा दृष्टान्त अखंडित ठेवण्याच्या प्रयत्नात भक्तिसंघर्ष तर दुसऱ्या बाजूला रावणाबरोबर ग्लो-बल वापरून युक्तिसंघर्ष!

हनुमानाचा हा महासंग्राम केवळ श्रीराम आणि स्वतः हनुमानच जाणत होते. चारही बाजूंनी मायेने विळखा घातलेला असा तो एक महासंग्राम (संग-राम) होता. मायेकडे अविचलित नजरेने पाहणाऱ्याकडेच मायेला भेदून पलीकडे जाण्याची ताकद असते. भगवान श्रीराम आणि त्यांचे भक्त हनुमान यांनाच ही दृष्टी आणि समज लाभलेली होती. चारही बाजूंनी पसरलेले मायाजाल आणि सत्यादरम्यान, पूल बनण्याचे अद्वितीय, अदम्य कार्य हनुमानांनी पार पाडले.

प्रस्तुत पुस्तक वाचताना, हनुमंतांच्या कर्तृत्वाकडे केवळ लीला म्हणून न पाहता त्या लीलांमध्ये दडलेला अर्थ समजून घ्यायचा आहे. शिवाय, तो आपल्या जीवनात उतरवण्याचाही प्रयत्न करायचा आहे. तेव्हाच मनुष्याच्या आध्यात्मिक आणि व्यावहारिक जीवनाचा विकास होईल. अशा प्रकारे हनुमान उपासना ही केवळ कर्मकांड न राहता प्रेम, ध्येय आणि आनंदप्राप्तीची सर्वोच्च मार्गदर्शिका बनेल.

चला तर, हेड (मस्तिष्क)पासून हार्ट (हृदय)पर्यंत पूल बांधण्यासाठी या अनोख्या अवतारासोबत विषयाची खोली गाठून, खरी हनुमान उपासना करू या, ग्लोबल आणि लीडरगम प्राप्त करू या. लीडरगम म्हणजे लीडर्सना मार्ग दाखवणारी लीडरशीप. विविध मार्गदर्शकांना जोडून ठेवण्याची आणि सर्वांना सोबत घेऊन चालण्याची खुबी खऱ्या मार्गदर्शकाकडेच असते. खरा लीडरच आपला मूळ उद्देश कधीही दृष्टिआड होऊ देत नाही. शिवाय, त्याच्यासोबत असणारे लोक त्यांच्या लक्ष्यापासून दूर होणार नाहीत, याचीही काळजी तो प्रकर्षाने घेतो. हे सर्व गुण

हनुमानामध्ये उपलब्ध होते. त्यामुळेच त्यांना 'लीडरगम हनुमान' असे संबोधतात. हे गुण आपल्यामध्ये यावेत यासाठी आपल्याला जे आव्हान दिले आहे, त्या आव्हानाला प्रस्तुत पुस्तक वाचनानंतर सामोरे जा.

– **सरश्री**

आपली कांती सुवर्णासमान आहे. सुंदर वस्त्रे, कानांमध्ये कुंडले आणि कुरळ्या केसांनी आपण सुशोभित आहात.

– **हनुमान/भक्ती-चालिसा**

खंड १

कर्मयोग्याची बाललीला

१

अनोख्या अवताराची अनोखी जन्मकथा

उच्च चेतनेचा पुत्र

युद्धापासून सदैव मुक्त असलेल्या अयोध्यानगरीचे रहस्य काय होते, हे आपण जाणणार आहोत. अयोध्येचा राजा दशरथ (दश-रथ) यांच्या तीन राण्या होत्या. कौसल्या, सुमित्रा आणि कैकयी. परंतु त्यांना एकही संतान नव्हते. संततीसाठी चिंताग्रस्त असणाऱ्या राजाने गुरू वसिष्ठांच्या सांगण्यावरून महर्षी ऋष्यश्रृंगद्वारा अत्यंत भक्तिभावाने यज्ञ करवून घेतला. यज्ञातून अग्निदेव प्रकटले. त्यांच्या हातात खिरीने भरलेले पात्र होते. ते राजाला म्हणाले, 'ही खीर आपल्या तीनही राण्यांना द्या. म्हणजे संतानप्राप्तीचं तुमचं मनोरथ पूर्ण होईल.'

अग्निदेवाच्या आज्ञेनुसार राजा दशरथाने खिरीचा अर्धा भाग मोठ्या राणीला – कौसल्येला दिला; तर उरलेल्या खिरीचे दोन भाग करून एक कैकयीला आणि दुसरा सुमित्राला दिला.

कैकयी हातात खीर घेऊन काहीतरी विचार करत होती. इतक्यात आकाशातून एक घार उडत आली आणि क्षणार्धात कैकयीच्या हातातील खीर चोचीत उचलून तितक्याच वेगाने निघून गेली. आता कैकयी खूप उदास झाली. म्हणून राजा दशरथाने तिचे खूप सांत्वन केले. त्याचबरोबर कौसल्येला तसेच सुमित्रेला त्यांच्या खिरीतील थोडा भाग कैकयीला देण्यासाठी प्रेरितही केले. मग अग्निदेवतेच्या कृपेने तिन्ही राण्या गर्भवती राहिल्या. महाराणी कौसल्येने श्रीरामांना, कैकयीने भरताला, तर सुमित्रेने लक्ष्मण आणि शत्रुघ्न अशा जुळ्या मुलांना जन्म दिला.

तिकडे घारीच्या बाबतीत काय घडले? कपिराज केसरी आपली पत्नी

अंजनीसह सुमेरू पर्वतावर निवास करत होते. अंजनीला संतती नव्हती. त्यामुळे त्यांनी पुत्रप्राप्तीच्या हेतूने सात हजार वर्षे कठोर तपश्चर्या केली. अंजनीच्या खडतर तपश्चर्येने प्रसन्न होऊन भगवान शंकरांनी त्यांना वर दिला : 'शंकरांच्या अकरा रुद्रांपैकी एक अंश अंजनीला पुत्राच्या रूपात प्राप्त होईल.' शिवाय, भगवान शंकरांनी या वरदानासह जप करण्यासाठी एक मंत्रही दिला आणि सांगितले, 'वायुदेवतेच्या प्रसादामुळे अंजनीला एका सर्वगुणसंपन्न पुत्राची प्राप्ती होईल.'

हातांची ओंजळ करून अंजनी जप करत होती. त्याच वेळी ती घार कैकयीच्या वाटणीची खीर घेऊन उडत-उडत तिथे पोहोचली. तेवढ्यात, एक झंझावात आल्याने थंडीमुळे घार काकडली. नेमकी तेव्हाच तिची चोच उघडली; आणि या संधीची वाट पाहणाऱ्या पवनदेवतेने ती खीर वाऱ्याच्या साहाय्याने अंजनीच्या ओंजळीमध्ये टाकली. भगवान शंकरांनी अगोदरच अंजनीला सर्व गोष्टी सांगितल्या होत्या. त्यामुळे तिनेही निःशंक मनाने, श्रद्धायुक्त भावनेने तो प्रसाद ग्रहण केला आणि ती गर्भवती राहिली.

अशा प्रकारे अंजनी मातेच्या गर्भातून शिवाचा अनोखा अवतार, महावीर हनुमान अवतीर्ण झाले.

प्रस्तुत कथेवर लक्षपूर्वक मनन केल्यानंतर आपल्या लक्षात येईल, की हनुमानाच्या जन्माप्रमाणेच कृष्ण, येशू, कबीर, बुद्ध, महावीर इत्यादी महात्म्यांच्या जन्मासोबतही चित्रविचित्र कथा जोडल्या गेल्या आहेत. या कथांमधून, या अवतारांचा जन्म वासनाजन्य नव्हता, या सत्याकडे संकेत केला आहे. अवतारांच्या जन्मकथांमध्ये ही एकमेव विशिष्ट बाब मांडण्यासाठी विविध घटनांची शृंखला जोडली गेली आहे. अन्यथा देवकी माता किंवा कृष्णाच्या आंतरिक अवस्थेचे वर्णन कसे बरे करता आले असते? त्यामुळे 'कथेमार्फत प्रस्तुतीकरण' ही पद्धत सातत्याने स्वीकारली गेली.

मात्र, लग्न करणाऱ्या लोकांच्या मनात, आपण उच्च चेतनेला जन्म द्यायला हवा, असा विचार कधी येत नाही. याउलट, माझ्या गरजा पूर्ण व्हायला हव्यात. माझ्या घरादाराचे बस्तान बसावे. मुले काय होतीलच..., अशा विचारांनी म्हणजेच मुलांच्या बाबतीत विशेषत्वाने विचार करून कुणी लग्न करत नाही. सगळे आपल्या महत्त्वाकांक्षा, इच्छा आणि वासना यांना केंद्रिभूत ठेवूनच लग्न करतात.

एखादी व्यक्ती जेव्हा ईश्वरासमोर संपूर्णतः समर्पित होऊन आपल्या मनोशरीरयंत्राचा सर्वोच्च उपयोग होऊ देते, ते ईश्वराला पूर्णपणे अर्पण करते, त्या

वेळी अशी अवस्था निर्माण होते. हनुमानाची माता अंजनीला समजून घेण्याआधी सर्वप्रथम त्यांची भावना जाणावी लागेल. वासनेशिवाय व्यक्तीचा जन्म होण्याचा अर्थ समजून घ्यावा लागेल. मात्र, लोक शब्दांचे तेच ते जुने अर्थ घेऊन वादविवाद करत राहतात. पण प्रत्यक्षात काय घडले होते, ही कोडी आजही उलगडत नाहीत. कारण, कथेमध्ये हजारो वर्षांपूर्वीची गोष्ट सांगितली आहे. पण हजारो वर्षांनंतर कथेमधील गर्भितार्थ लुप्त झाल्याने लोकांना ती समजत नाही. म्हणून भावनेच्या ओघात भक्तांनी लिहिलेल्या, वर्णिलेल्या गोष्टींचा शब्दशः अर्थ घेतला जातो.

मात्र, या कथांमुळे एक नुकसान नक्कीच झाले. संत, महात्मे, फकीर, अवतारी पुरुष हे एक विशिष्ट प्रकारचे लोक होते, असा समज लोकांनी करून घेतला. त्याचबरोबर, त्यांचा जन्म तर अलौकिकरीत्या झाला; पण आपण तर सर्वसामान्य म्हणूनच जन्माला आलो आहोत, म्हणून त्यांच्यासारखे दिव्य, भव्य कार्य कधीही करू शकणार नाही, असा विचार अप्रत्यक्षपणे पेरला जातो. परंतु अशा प्रकारच्या असामान्य घटनांची आणि परिस्थितीची जोड या कथांना का दिली असावी, हे समजून घेतले तर निश्चितच त्या सार्थक सिद्ध होतील. मात्र, येथे जे सत्य शब्दांमध्ये मांडता येत नाही, ते या कथांच्या माध्यमातून शब्दांद्वारे सांगण्याचा प्रयत्न केला आहे. हा पैलू लक्षात घेऊन आपण पुढील वाचन अखंडपणे सुरू ठेवाल, अशी आशा आहे. शिवाय आपले मनोबल वाढवण्याचा प्रिय प्रयास आपण अवश्य कराल, ही अपेक्षा!

आपण श्रीरामचंद्रांसोबत सुग्रीवाचा मेळ घालून त्यांना कृतकृत्य केले. त्यांना राजा बनवले.

- हनुमान/भक्ती-चालिसा

२

अज्ञानाचा अंधकार, गुरू सूर्यप्रकाश

शंकांमध्ये आणि फळामध्ये अडकण्याचा परिणाम

खऱ्या कर्मयोग्याचा स्वभाव म्हणजे 'दिव्य भक्ती'! हनुमान केवळ भक्त नसून कर्मयोगीदेखील होते. भगवान श्रीकृष्णांनी अर्जुनाला शिकवलेल्या कर्मयोगाचा धडा स्वत: हनुमानांनी सूर्यदेवाकडून गिरवला होता. हनुमानाचे गुरूदेखील सूर्यदेवच होते.

चला तर, या पुस्तकाच्या माध्यमातून आपण हनुमानांकडून कर्मयोगही शिकू या. असा कर्मयोग जिथे मनुष्याची नजर कर्मफळावर नसते, तर कर्मामध्येच कर्मफळ समाविष्ट असते, यावर त्यांचा विश्वास असतो. इथे ना मागणी असते, ना अपेक्षा. जे फलित मिळते तेही अनायासच! हे अनायास फळ प्रकट होण्यासाठीच फळ महाफळ बनते.

आत्मपरीक्षणामुळे आणि आत्मसाक्षात्कारामुळे घडणाऱ्या कर्मांमधून महाफळ प्रकटते. हनुमानांनी आपल्या गुरूंकडून – सूर्याकडून परमज्ञान प्राप्त केले आणि ते कर्मयोगी बनले. परंतु हे सर्व हनुमानांच्या जीवनात कसे घडले, हा प्रश्न निर्माण होतो.

हनुमानाच्या विविध कथांमध्ये त्यांच्या बालपणी घडलेली अनोखी कथा आपण नक्कीच ऐकली असेल. एकदा बाल हनुमानाला खूप भूक लागली होती. आकाशातील सूर्य त्यांना एखाद्या फळाप्रमाणे भासला. अज्ञानामुळेच असे भ्रम निर्माण होतात. भुकेल्या हनुमंताला आकाशातील त्या फळाच्या प्रतिरूपात सूर्याला गिळंकृत करण्याचा मोह अनावर झाला.

या कथेतून वेगळीच अशी समज आपल्याला प्राप्त होते. वरकरणी ही केवळ सांगण्या-ऐकण्यापुरती कथा वाटत असली तरीही तिच्यात गहन असा आशय समाविष्ट आहे. तो आशय समजण्यासाठी अर्थातच या गोष्टींवर मनन करण्याची आवश्यकता आहे.

फलस्वरूप सूर्याला गिळण्यासाठी हनुमान झेपावले. कारण त्या वेळी त्यांना कर्माचे ज्ञान नव्हते. होती ती केवळ फलप्राप्तीची तीव्र आसक्ती! याच प्रखर इच्छेने हनुमान सूर्याला फळ समजून त्याच्याकडे झेपावले; आश्चर्य म्हणजे त्यांच्या या कृतीला वाऱ्यानेही साथ दिली. लहान मुलांचे हट्ट पूर्ण करण्यासाठी मोठी माणसे जशी तत्पर असतात, अगदी तसेच पवनदेवदेखील हनुमंताला उड्डाणासाठी साहाय्यक ठरले.

बाल हनुमान ज्या वेळी सूर्याला फळ समजून खाण्यासाठी निघाले, त्या वेळी वाटेत त्यांची टक्कर राहू ग्रहाशी झाली. राहूने हनुमानाला थांबवण्याचा खूप प्रयत्न केला; परंतु तो अयशस्वी ठरला. तेव्हा भयभीत झालेला राहू मदतीसाठी इंद्र देवाकडे गेला. इंद्रानेदेखील बालक हनुमानाला रोखण्याचा आटोकाट प्रयत्न केला. पण तोपर्यंत हनुमंताने फळरूपी भासलेल्या सूर्यदेवांना गिळंकृत करण्यास सुरुवात केली होती. मग हनुमानाच्या मुखातून सूर्याला बाहेर काढण्यासाठी इंद्राने आपल्या वज्राचा प्रहार केला. बालक हनुमानाला वज्राचा तडाखा सहन न होऊन तो तत्काळ खाली पडला. पण या प्रहारामुळे हनुमानाची हनुवटी तुटली.

'हनुमान खाली पडले आणि संपूर्ण पृथ्वी अंधकारमय झाली.' या संकेतामधून, 'काळोख पृथ्वीवर नव्हे; तर प्रकाश गिळल्याने हनुमानाच्या जीवनात अंधार पसरला' या गोष्टीकडे निर्देश केला आहे. कालांतराने सूर्यदेव हेच हनुमानाचे गुरू बनले आणि त्यांच्याकडूनच हनुमानांनी कर्मयोगाचे ज्ञान प्राप्त केले.

गुरूपेक्षा श्रेष्ठ कोण?

बालपणी हनुमानांना कर्माविषयीचे ज्ञान नव्हते. म्हणून सूर्यालाच फळ समजून खाण्यासाठी ते निघाले. जेणेकरून पृथ्वीवर काही काळासाठी काळोख पसरला. अगदी याचप्रमाणे शिष्याच्या मनातही गुरुंविषयी शंका आणि फळाबाबत आसक्ती निर्माण झाली तर त्याच्या जीवनात अंधकार पसरतो. फलप्राप्तीसाठी आसुसलेल्या मनाला मात्र अशा अंधाराचा, अज्ञानाचा थांगही नसतो. अज्ञानी लोक काहीतरी मिळवण्याच्या आशेनेच गुरूंकडे जातात. कोणत्यातरी फळाच्या आशेने लुब्ध होऊनच ते गुरूंसमोर उभे ठाकतात. माझ्या गुरूंची अमुक माणसाशी ओळख आहे.

तेव्हा माझे काम सहजतेने पार पडेल..., अशा प्रकारचा विचार म्हणजे अज्ञानाचाच परिणाम नव्हे का? खरा कर्मयोगी अशी चूक कदापि करत नाही. तो प्रत्येक क्षणी जागृत राहून तेज, ताजे आणि नवीन कर्म करतो.

प्रत्येक मनुष्याकडून कर्मे घडतच असतात; मग तो ताकदवान असो अथवा निर्बल! दोघांमध्ये फरक इतकाच आहे, की एकाची कर्मे ज्ञानाच्या आधारावर अवलंबून असतात, तर दुसरा अज्ञानापोटी कर्मे करतो. या दोन्हींही प्रकारच्या कर्मांचा परिणाम म्हणजे त्यांना चांगली किंवा वाईट फळं मिळतात.

एखाद्या विद्यार्थ्याला वाटते, मला शिक्षकांपेक्षा जास्त ज्ञान आहे. त्या वेळी तो अहंकारापोटी असे काही कर्म करतो, ज्याचे फळ त्याला भोगावेच लागतं. जेव्हा एखादा शिष्य अहंकारवश गुरूपेक्षा स्वत:ला श्रेष्ठ समजू लागतो, गुरूंवरच शंका घेऊ लागतो, तेव्हा तो अशी काही चूक करतो, ज्याचे फळ त्याला भोगावेच लागते.

अज्ञानी शिष्य हा आपल्या गुरूंवरच कुरघोडी करण्याचा प्रयत्न कसा करतो, हे यामधून स्पष्ट होते. अर्थात, ज्याच्याकडून तो ज्ञान घेतो त्याच्यावरच शंका-कुशंका व्यक्त करतो. खरेतर अशी कर्मे मनुष्याकडून घडायलाच नकोत.

ज्याच्याविरुद्ध कर्म केले जाते, त्याची चेतना जितकी उच्च असेल, तितकाच त्याचा वाईट परिणाम भोगावा लागतो. मुंगी, कुत्रा आणि लहान मूल या तिघांनाही मारण्यामध्ये फरक आहे. तिन्हींची फळे वेगवेगळी येतात. वास्तवात गुरूपेक्षा श्रेष्ठ कुणीही नसते. कारण गुरूंनंतर कोणतीही अवस्था, कोणतेही ध्येय, कोणतेही पद उरत नाही; जिथे 'आता मी गुरूंपेक्षाही पुढे गेलो,' असा दावा कुणी करू शकेल. हे एका उदाहरणाने समजून घेऊ या.

जसे, दहा अवस्था आहेत. त्यातील पहिल्या अवस्थेवर कुणी असेल तर पुढील नऊ अवस्था प्राप्त करण्याची त्याची शक्यता असते. जो पहिले पाऊल उचलतो, तोच ध्येयाप्रत पोहोचण्याची शक्यता असते. त्याचप्रमाणे जो दुसऱ्या अवस्थेवर असेल तोच पुढील आठ अवस्था प्राप्त करू शकतो. पण, जो सुरुवातीलाच दहाव्या अवस्थेत आहे, त्याच्या पुढे कोण कसे बरे जाऊ शकते? त्याचप्रमाणे गुरू ज्या अवस्थेमध्ये असतात, त्या पलीकडे – त्यांच्यापुढे कोणतीही अवस्था नाही. तीच अंतिम अवस्था आहे. त्यांच्या पुढे कुणीही जाऊ शकत नाही. अज्ञानात मात्र शिष्याला, 'मी गुरूंच्या पुढे गेलो आहे', असा भ्रम होऊ शकतो.

जसे, काही लोक रामकृष्ण परमहंसांपेक्षा विवेकानंदांना श्रेष्ठ मानतात. विवेकानंदांनी रामकृष्ण परमहंसांच्या ज्ञानाचा प्रचार-प्रसार विस्तृतपणे केला.

कारण विवेकानंदांमध्ये प्रस्तुतीकरणाची कला होती. त्यांनी देश-विदेशांत आपले बुद्धिकौशल्य आणि संभाषण कलेद्वारे जनमानसावर मोठा प्रभाव पाडला. त्यामुळे काहींना ते अधिक श्रेष्ठ वाटू शकतात. त्यांच्यामुळे रामकृष्ण परमहंस प्रसिद्धीच्या झोतात आले. तरीही, रामकृष्ण परमहंस ज्या अनुभवामध्ये स्थापित होते, ती अंतिम अवस्था होती.

'हनु'चा अर्थ

हनुमानाच्या विविध कथांमधून वैविध्यपूर्ण ज्ञान मिळाल्यानंतर आपली अज्ञानयुक्त वर्तणूकदेखील दूर होईल. वरील कथेमध्ये सूर्याकडे झेपावलेल्या हनुमानावर इंद्राने वज्र फेकल्याने हनुमानाची हनुवटी तुटली. त्यामुळे पुढे जाऊन ते हनु-मान असे संबोधले गेले.

याच सूर्याकडे पुढे हनुमानाने ज्ञानप्राप्तीची इच्छा व्यक्त केली. त्या वेळी सूर्य हनुमानाला म्हणाले, ''माझा बारा घोड्यांचा रथ सदैव धावत असल्याने, मी थांबून तुला वेळ देऊ शकत नाही.'' हनुमान समजूतदार होते. त्यांच्याकडे बुद्धीचे बळ होते. ते सूर्याला म्हणाले, ''ठीक आहे. मी तुम्हांला थांबवणार नाही. आपल्यासोबत आपल्याच गतीमध्ये राहून मी तुमच्याकडून ज्ञानार्जन करेन.'' हनुमानाची शिकण्याची तीव्र इच्छा पाहून सूर्याने त्याला शिष्य म्हणून स्वीकार केला. हनुमान घोड्याच्या पाठीवर उडी मारून चढले आणि सूर्याकडे तोंड करून बसले. आता गुरू आणि शिष्य दोघेही एकाच गतीने धावत होते. अशा प्रकारे बारा वर्षांचा अभ्यासक्रम हनुमानानी तीन वर्षांतच पूर्ण केला. हनुमानाची प्रखर बुद्धी पाहून सूर्यदेव चकित आणि आनंदित झाले. घरी परतण्यापूर्वी आपल्या गुरूंना हनुमानाने विचारले, ''गुरुदक्षिणेच्या रूपात मी आपल्याला काय देऊ?''

''तुझ्यासारख्या शिष्याला ज्ञान देण्यात मिळणारा आनंदच खूप मोठा आहे. या व्यतिरिक्त मला आणखी कोणतीही दक्षिणा नको.'' सूर्यदेव म्हणाले.

यावर, ''गुरुदक्षिणेशिवाय विद्या सफल होत नाही, हे मी आपल्याकडूनच शिकलो आहे.'' असा भक्तियुक्त तर्क हनुमानाने दिला.

तेव्हा सूर्यदेव म्हणाले, ''तुला काही द्यायचंच असेल तर किष्किंधा नगरीमध्ये माझा पुत्र सुग्रीव राहतो, त्याची मदत कर.''

गुरुआज्ञा शिरोधार्य मानून हनुमान आपल्या घरी परत आले. पिता केसरी यांच्या मार्गदर्शनाखाली त्यांनी द्वंद्वयुद्ध, मल्लयुद्ध, गदायुद्ध इत्यादी विषयांमध्ये

प्रावीण्य मिळवले. शस्त्रार्थामध्ये नैपुण्य मिळवल्यानंतर हनुमानाने राजनीतीमध्येही प्रावीण्य मिळवावे, असा विचार त्यांनी केला. मग केसरी यांनी हनुमानाला वाली राजाकडे पाठवले. वालीकडे राजनीतीचे सर्व पाठ गिरवल्यानंतर त्यांच्याच दरबारात हनुमान मंत्री म्हणून राहिले. तरीही गुरुवचनाप्रमाणे हनुमंताची मैत्री सुग्रीवाबरोबरच अधिक घनिष्ठ होती. पुढे जाऊन हनुमंतांनी प्रत्येक क्षेत्रात सुग्रीवाला मदत करून त्याच्या जीवनातही प्रकाश पसरवला.

आपल्याही जीवनातील अंधकार दूर व्हावा अशी आपली इच्छा असेल तर आपणही योग्य गुरूंचा शोध घ्यायला हवा. योग्य गुरू मिळेपर्यंत गुरुप्राप्तीसाठी प्रार्थना करत राहायला हवी.

हे शंकराच्या अवतारा! हे केसरीनंदना!
आपला पराक्रम आणि आपले महद् यश संपूर्ण विश्वात वंदनीय आहे.

- हनुमान/भक्ती-चालिसा

३

रूपांतरण
रजोगुणी हनुमानाचे सत्त्वगुणी कर्मयोगी हनुमानात

बालपणी हनुमान अत्यंत खोडकर आणि चंचल स्वभावाचे होते. भीती तर त्यांना ठाऊकच नव्हती. शक्तीने ओतप्रोत असणारे हनुमान आपल्या ऊर्जेचा वापर करण्यासाठी सतत काही ना काही करत असत. ते सहजपणे एखादे पर्वतशिखर सर करत, तर कधी एखाद्या हरणाला पकडून त्याची शेपटी ओढत. कधी तर हत्तीला पकडून त्याच्याशी झुंजही खेळत. पक्ष्यांना त्रास द्यायचा असेल तर ज्या वृक्षावर ते पक्षी बसले आहेत, तो वृक्षच मुळापासून उखडून फेकून देत असत.

अशा प्रकारे बाल हनुमान ऋषींच्या आश्रमात जात आणि काही ना काही खोड्या अवश्य करत. त्यामुळे समस्त ऋषिगण त्रस्त होत. कधी ऋषींची आसनेच बदलत, तर कधी संधी मिळताच एखाद्या ऋषींचा कमंडलू तोडून टाकत किंवा पाणी तरी सांडून देत.कधी कधी ध्यानस्थ ऋषींची दाढीही ओढत. अशा अनंत खोड्या हनुमान करत. एवढे करूनही त्यांचे मन न भरल्याने ऋषींची पोथीही ते लपवून ठेवत. ऋषिमुनी अत्यधिक परिश्रमाने एखादे कार्य संपन्न करत आणि हनुमान त्यांच्या कष्टांवर पाणी टाकत. पण, या खोड्यांमागे निरागसता होती. त्यातून मिळणारा आनंद हनुमानांना प्रिय होता. अर्थात, त्यांच्या खोड्यांना बळाची जोड होतीच. सुरुवातीला हनुमानही रजोगुणी बालक होते.

रजोगुणी प्रकृतीची मुले वारंवार पलंगावरून पडतात. अशी मुले घरात आणि आजूबाजूला सतत धुमाकूळ घालतात. नेहमी काही ना काही उचापत्या करतात. ती

अजिबात शांत बसत नाहीत. त्यातल्या त्यात एक चांगली बाब म्हणजे, जमिनीच्या आत एक मॅग्नेटिक फिल्ड असते, गुरुत्वाकर्षण शक्ती असते. त्यामुळे मनुष्य थांबतो आणि थकतो तरी. अन्यथा रजोगुणी माणसे कधीही थांबत नाहीत.

रजोगुणी माणसे खातानादेखील, 'आता काय करायचं आहे...', 'नंतर काय करायचं आहे...' याच विचारात असतात. काळजी तर त्यांच्या पाचवीलाच पुजलेली असते. अशी माणसे एका जागी स्थिर बसूच शकत नाहीत. चुळबुळ तरी करतात किंवा पाय तरी हलवत राहतात. रजोगुणींना मसालेदार, तिखट पदार्थ जास्त आवडतात. झोप येऊ नये म्हणून ते कमी खातात. तमोगुणी, सुस्त लोकांसाठी झोपेतून उठणे हेच एक संकट असते; पण रजोगुणीला झोप घ्यायची म्हटले तरी जिवावर येते. तमोगुणी माणसे भूक असली किंवा नसली तरी घड्याळाकडे पाहून खाण्याची वेळ झाली म्हणून खातात.

रजोगुणीचा आराम हा रावणाचा आराम असतो. सोन्याची लंका निर्माण करण्यासाठी म्हणजेच क्षणोक्षणी काहीतरी मिळवण्याच्या महत्त्वाकांक्षेपोटी ते एका जागी थांबूच शकत नाहीत.

असे रजोगुणी बाल हनुमान, मोठमोठ्या खोड्या करणे स्वाभाविकच होते. त्या वयातही त्यांच्यामध्ये अपूर्व अशी ताकद होती. त्या शक्तीला योग्य दिशेने वळवण्याची समज मात्र त्यांच्यात नव्हती. खरेतर विशिष्ट दिशा, निश्चित उद्दिष्ट नसणाऱ्यांच्या शक्ती सुप्त, निद्रित राहणे हेच सर्वांच्या दृष्टीने हितकारक असते. हनुमानाच्या असमंजसपणामुळेच ऋषींनी त्यांना शाप दिला. हनुमान कुणालाही नुकसान पोहोचवण्याच्या हेतूने त्रास देत नाही, ही गोष्ट ऋषिमुनींनाही ठाऊक होती. त्यामुळे त्यांनी हनुमानाला अत्यंत सौम्य शाप दिला. हा शाप असा होता, 'हनुमान आपल्या अंतर्निहित, स्वतःमध्ये दडलेल्या शक्ती विसरतील. परंतु जेव्हा कुणी त्यांना त्यांच्या सुप्त शक्तींची आठवण करून देईल त्या वेळी त्या शक्ती पुन्हा जागृत होतील.' पुढे जाऊन तर हा शाप हनुमानासाठी वरदानच सिद्ध झाला. कारण,या शापामुळे त्यांच्यातील रजोगुण सत्त्वगुणात परिवर्तित झाला. आता हनुमान आपल्या ध्येयसिद्धींमागे लागले. ध्येयसिद्धीसाठी आवश्यक असणाऱ्या बल-बुद्धीचे स्मरण त्यांना झाले. इतर इच्छाआकांक्षांना त्यांनी आपल्या जवळपासही फिरकू दिले नाही. अन्यथा हनुमान आपल्याच शक्तींनी सत्याच्या मार्गावरून भरकटले असते.

रजोगुण म्हणजे मनुष्याच्या महत्त्वाकांक्षा! चंचल मनाच्या महत्त्वाकांक्षांना

दिशा नसेल तर त्या शाप बनतात. म्हणून हनुमानाने आपल्या अंतर्यामी स्थित झालेल्या सगळ्या शक्तींना योग्य दिशा दिली. परिणामी, त्यांना मिळालेला शापसुद्धा वरदान सिद्ध झाला.

हनुमानांकडे जोपर्यंत श्रीरामसेवेचे कार्य नव्हते, तोपर्यंत त्यांना आपल्या शक्तीचा उपयोग करण्याची आवश्यकताच नव्हती. मात्र, सीतामातेच्या शोधार्थ समुद्र उल्लंघनाच्या प्रसंगी हनुमंतांना, त्यांच्यातील शक्तीची जाणीव जांबुवंतांनी करून दिली. त्यानंतरच त्यांच्यातील सुप्त शक्ती अचानक जागृत झाल्या.

पुढे जाऊन हनुमानांनी प्रभु श्रीरामांसाठीच कार्य केले. मग त्यांच्यातील सर्व शक्ती जागृत झाल्या. त्या वेळी सीतामातेच्या शोधकार्यापासून ते रावणाबरोबर झालेल्या महायुद्धापर्यंतची सगळी कार्ये त्यांनी अत्यंत कौशल्याने पार पाडली.

रजोगुण नियंत्रित केला गेला तर तो सत्त्वगुणामध्ये परिवर्तित होतो. अन्यथा आत्मनियंत्रणाअभावी शरीर चंचल आणि अस्थिर राहते. रजोगुणाला नियंत्रित ठेवण्यासाठी सत्य श्रवण आणि सेवा दोन्हींची आवश्यकता असते. सत्य श्रवणाने ज्ञान प्राप्त होते आणि ज्ञानाने शुद्ध सेवा घडते.

मनुष्य जेव्हा आपल्यातील चंचलता आणि अज्ञान जाणतो, तेव्हा तो सहजतेने त्यातून मुक्त होतो. हनुमानाची ही समज प्रगल्भ होती. त्यामुळे कर्मयोगी बनून ते सत्यसेवेशी जोडले गेले. हनुमानांनी ज्या उंचीचे कार्य केले, तसेच कार्य करण्यासाठी ज्ञान आणि कर्मयोगाची शिकवण आपणही ग्रहण करायला हवी.

आपल्या ताकदीचा, बलबुद्धीचा सकारात्मक, सृजनात्मक उपयोग कसा करायचा, या गोष्टीचे सूचक म्हणजे हनुमानाची ही कथा! आपल्यालाही आपले ध्येय, जीवनाची दिशा निश्चित करायची आहे. अन्यथा, हनुमानाच्या चमत्कारिक कर्तृत्वाच्या कथा ऐकून लोक म्हणतात, 'हा तर केवळ चमत्कार होता. हनुमान अवतारी पुरुष होते. त्यामुळे त्यांना हे जमले. आपण सामान्य माणसे आहोत, आपल्याला तर अशा गोष्टी शक्यच नाही.'

खरेतर महापुरुषांच्या कार्यकर्तृत्वाला चमत्काराचे नाव देऊन आपल्या जबाबदारीपासून पळ काढण्याकडेच लोकांचा कल अधिक असतो. आपणही महान कर्तृत्व गाजवू शकतो, ही समज वरील कथेमध्ये ठेवायला हवी. रजोगुण आणि तमोगुण यांना योग्य दिशा देऊन, आपण स्वत:ला निश्चितच सत्त्वगुणामध्ये स्थापित करू शकतो. आपणदेखील सर्वोत्तम आणि अत्यंत बिकट अशा ध्येयाच्या दिशेने

अग्रेसर होऊन यशस्वी होऊ शकतो.

आपणही प्रत्येक प्रकारची साधना आणि अभिव्यक्ती करू शकतो. मौन-साधनेपासून ते मनन-उपासनेपर्यंत सर्व काही करणे आपल्याला शक्य आहे. असे करताना कोणतीही अयोग्य शक्ती, कोणताही अडथळा आपल्या मार्गात अडसर बनू शकत नाही.

सनत्, सनातन, सनक, सनंदन इत्यादी मुनी, ब्रह्मा आदी देवता तसेच शेषनागदेखील आपले गुणगान करतात.

- हनुमान/भक्ती-चालिसा

खंड २
लीडर-गम हनुमान

४

'लीडर-गम' गुण, शिका हनुमानाकडून
खरे नायकच असतात खरे सेवक

अनोख्या अवताराप्रमाणे खरी उपासना घडत असेल तरच हनुमानांचे गुण आपल्याला आत्मसात करता येतील. शिवाय, ते सांसारिक अभिव्यक्ती आणि आध्यात्मिक प्रगतीमध्ये साहाय्यक ठरतील.

असे अनोखे अवतार सर्वथा निर्भय आणि निर्वैर असतात. सातत्याने इतरांच्याच कल्याणाचा विचार करणाऱ्यांचे इतरांशी वैर कसे बरे असू शकेल?

हनुमान श्रीरामांचे एकनिष्ठ सेवक होते. सहज सेवक हे निष्काम भक्त असतात. कोणत्याही फळाच्या इच्छेने किंवा स्वार्थापोटी ते ईश्वराची भक्ती करत नाहीत.

हनुमान स्वतः अत्यंत मनस्वी असल्याने मन, कर्म आणि वाणी यांची एकरूपता त्यांच्यात होती. मनोबलाइतकेच त्यांचे कर्मबळदेखील प्रबळ होते. महाज्ञानी असूनही त्यांनी प्रभुप्राप्तीसाठी भक्तीचाच आधार घेतला. कारण भक्तियोग हा स्वतंत्र मार्ग असून त्याला कोणत्याही आधाराची गरज नसते. भक्तीमुळे ज्ञान-विज्ञान सर्व साध्य होते, असा त्यांचा दृष्टिकोण होता.

अशा प्रकारे त्यांचे संपूर्ण जीवन प्रभुसेवेत समर्पित होते. त्यांचे अवतरणे खरेतर 'राम-काज' म्हणजेच राम-कार्यासाठीच झालेले होते. – राम काज लगि तव अवतारा।

प्रति क्षण रामकार्य हाच हनुमानांच्या जीवनाचा उद्देश होता. स्वामींच्या कार्यसिद्धीसाठी त्यांना मान, अपमान, विश्राम किंवा शारीरिक सुखसुविधा यांची कोणत्याही प्रकारे चिंता नव्हती.

लीडर्सना मार्गदर्शन

हनुमानांमध्ये नेतृत्व हा गुणदेखील होता; परंतु थोडा वेगळ्या प्रकारचा. सगळ्या मार्गदर्शकांना, लीडर्सना जोडणारे, त्यांच्यामध्ये समन्वय घडवून आणणारे असे ते महान लीडर होते. त्यांना आपण लीडर-गम म्हणजेच 'लीडर्सना परस्परांशी जोडणारे गोंद' म्हटले तर वावगे ठरणार नाही. हनुमानांनी लक्ष्मण, सुग्रीव, बिभीषण या सर्वांना एकत्र आणले, सगळ्या नायकांना एकसाथ जोडले. कुणाशी कशा प्रकारे वागायचे, हे त्यांना योग्य प्रकारे ठाऊक होते. अशा सगळ्या महानायकांना जोडून ठेवण्याच्या कलेलाच म्हणतात, 'लीडर-गमचा दम'.

त्याचप्रमाणे हनुमान प्रभावशाली, लवचीक असे लीडरही होते. स्थळ-काळ-परिस्थितीनुसारच ते स्वत:मध्ये बदल घडवत. मुलांबरोबर मूल, वृद्धांसमवेत वृद्ध, तरुणांबरोबर तरुण, पुरुषांबरोबर पुरुष तर स्त्रीबरोबर स्त्री बनूनच ते वागत. परिस्थितीनुरूप आवश्यक अशी लवचीकता, कुशाग्र बुद्धी त्यांच्यात होती.

वादळामध्ये जी झाडे वाकतात, ती वाचतात. मात्र, जी ताठ राहून आखडतात, ती उन्मळून पडतात. काही नातेसंबंधात लोक आपल्या अहंकारामुळे प्रेमाला दुरावतात. मग शेवटपर्यंत त्यांना खरे प्रेम मिळत नाही. परंतु खऱ्या लीडरमध्ये हनुमानाप्रमाणे आकस नसतो, तर इतरांच्या दृष्टिकोणाविषयी त्याला प्रेम आणि आदर असतो. सगळ्यांचे म्हणणे तो संयमाने आणि लक्षपूर्वक ऐकतो.

लोकांना जोडण्याचा गुण

सदैव प्रगतीकडे वाटचाल करण्याची, सर्वोच्च लक्ष्य गाठण्याची उद्दिष्ट असणारी कंपनी किंवा संस्था ही एकाच लीडरच्या आधारावर आपले ध्येय साध्य करू शकत नाही. ही बाब आज व्यावहारिक उदाहरणासह सांगता येईल. कंपनीमध्ये अनेक विभाग असतात आणि प्रत्येक विभागाचा एक प्रमुख किंवा लीडर असतो. अशा संस्थेच्या सीईओला (जबाबदार मनुष्य) सर्वांना एकत्र घेऊन चालण्याची कला अवगत असावी लागते. शिवाय, त्याने सगळ्यांचे सल्लेही घेण्याची गरज असते. तसे पाहिल्यास, प्रत्येक लीडरची मते भिन्न-भिन्न असतात आणि असायलाही हवीत. त्यांना जर बहुआयामी प्रगती (मल्टी डायमेंशनल ग्रोथ) करायची असेल तर प्रत्येकाचा दृष्टिकोण वेगवेगळा असायलाच हवा. तेव्हाच सर्वांच्या वैचारिक एकत्रीकरणातून एक उच्चतम ध्येय साध्य होते. परंतु लोकांमध्ये या समजेचा अभाव असल्यामुळे थोडादेखील वादविवाद झाला तर ते लगेच विचार करतात, 'समोरचा माझे म्हणणे खोडून टाकत आहे, माझ्या विरुद्ध बोलत आहे.' प्रत्यक्षात तो तुमच्या

विरोधात बोलत नसून समस्येकडे आणखी वेगळ्या दृष्टिकोणातून पाहत असतो.

जसे, 6 आणि 9 या आकड्यांच्या उदाहरणातून ही बाब समजून घेता येईल. 6 हा आकडा समोरून पाहिला तर तो 6 सारखा दिसेल. पण तोच विरुद्ध बाजूने पाहिला तर 9 दिसेल. अशाच प्रकारे तो डावीकडून आणि उजवीकडून पाहिला तर नावेसारखा दिसेल. शिवाय, नखाप्रमाणेही भासेल. वास्तविक अंक तर एकच आहे; पण चार लोक त्याला चार चित्रांमध्ये विभाजित करतात. याचा अर्थ, ते परस्परांविरुद्ध आहेत का? मुळीच नाही.

नेमका हाच दृष्टिकोण खऱ्या लीडरमध्ये असण्याची आवश्यकता असते. सर्वांना जोडून ठेवून, त्यांच्यातील कौशल्य ओळखून आणि सगळ्यांचे सहकार्य घेऊन सर्वोच्च यश मिळवणे हेच लीडरचे कर्तव्य असते. सर्वांना जोडून ठेवण्याच्या गुणाला 'लीडरगम गुण' असे म्हणतात. खरा नायक सर्व लीडर्सना गम (गोंद) प्रमाणे चिकटवून, जोडून ठेवतो. लीडरगम हा गुण असणारी व्यक्ती आधी सर्वांचे ऐकून घेते, आणि मगच त्यांना परस्परांचा भिन्न दृष्टिकोण आणि दृष्टिलक्ष्य समजावून सांगते. जोपर्यंत त्यांच्यामध्ये लीडरगमचा गुण येत नाही तोपर्यंत हे कार्य त्या व्यक्तीला करावेच लागते.

अशा प्रकारे हनुमान हे सेवकाचेदेखील सेवक होते. कारण लक्ष्मण केवळ भ्राता श्रीरामांच्या सेवेत मग्न असत, तर हनुमान हे श्रीरामांसह लक्ष्मण, सुग्रीव आणि बिभीषण यांचीदेखील सेवा करत. अशा प्रकारे हनुमानांनी सर्वांना जोडून ठेवले होते. जणू वेगवेगळ्या महारथींना जोडणारी एक महत्त्वपूर्ण शृंखलाच त्यांनी तयार केली होती.

ध्येयावरून नजर ढळणाऱ्या लीडरचे लक्ष नेहमी छोट्या लाभांवरच असते. म्हणून समोर एखादी समस्या उभी ठाकली तरी त्यांना ती आकाशासमान भासते. कारण लीडरगमचा गुण असणाऱ्याला ठाऊक असते, की आलेली समस्या ही अस्थाई आहे. ती सुटली अथवा नाही याने फारसा फरक पडत नाही. परंतु एखादा मनुष्य जर आपल्या ध्येयापासून विचलित होत असेल तर निश्चितच त्याने खूप मोठा फरक पडतो. या सर्व गोष्टी खऱ्या लीडरच्या नेहमीच स्मरणात असतात.

कित्येकदा योग्य लीडर्ससोबत काम करणाऱ्या कुशल लोकांकडूनही अशा चुका घडतात. परंतु योग्य संघनायक, त्यांना त्यांच्या चुका तोंडावर सांगून नाराज करत नाही.

योग्य संघनायकाला या विषयाची संपूर्ण माहिती असते. शिवाय, त्याची

अकंप, अविचल नजर ध्येयावरच केंद्रित असते.

हनुमानामध्ये लीडरगमचा गुण ठासून भरलेला असला तरी जगासमोर ते सेवक बनूनच प्रस्तुत झाले. मात्र, ते खरे नायक, लीडरच होते. कारण सगळ्या नायकांना ते जपत होते, सांभाळत होते.

हे बजरंगी! आपण महावीर आणि पराक्रमी आहात. आपण दुर्बुद्धीला दूर करून सुबुद्धी असणाऱ्यांचे साहाय्यक बनता.

– हनुमान/भक्ती–चालिसा

* या पुस्तकामध्ये जिथे जिथे हनुमानांसंबंधी होता किंवा होते असा उल्लेख आपल्याला आढळेल तिथे होता, आहे आणि राहील किंवा होते, आहेत आणि राहतील अशा प्रकारे तो वाचावा.

५

खऱ्या लीडर्सचे गुण

प्रभावशाली लीडर बना

खरा नायक बनण्यासाठी कोणत्या गुणांची आवश्यकता असते, हे समजून घेऊ या.

अखंडतेचा गुण

खऱ्या नायकाचा मुख्य गुण आहे, 'अखंडता'. याचा अर्थ, जसे आपले भाव असतात, तसेच विचार आपण करतो. आपल्या मुखावाटे जी वाणी बाहेर पडते, त्या आधारेच आपली क्रिया होते आणि त्यानुसारच आपण निर्णय घेतो. अन्यथा कित्येकांचे भाव आणि विचार हे भिन्न-भिन्न असतात. समोरच्या मनुष्याला तोंडदेखले सांगण्यासाठी वरकरणी ते काहीतरी बोलतात. परंतु त्यांच्याकडून कृती घडते भलतीच. याचा अर्थच ते खंडित आहेत. शिवाय, खंडित मनुष्याची शक्ती विभागली जाते. मनुष्य जेव्हा भाव, विचार, वाणी आणि क्रिया या चारही गोष्टींमध्ये तारतम्य बाळगतो, तेव्हा तो एक प्रभावशाली लीडर बनतो. मात्र, जो अखंड, प्रामाणिक आहे, तो हनुमानाप्रमाणे आपल्या शक्तीचा संपूर्ण उपयोग करतो.

अंत:प्रेरणेतून मार्गदर्शन देण्याचा गुण

विश्वाला आज अंत:प्रेरणेद्वारे मार्गदर्शन घेऊन कार्य करणाऱ्या आणि मार्गदर्शन देणाऱ्या लोकांचीच आवश्यकता आहे. विश्वाला तेच लोक मार्गदर्शन देऊ शकतात, जे हृदयाकडून मार्गदर्शन घेतात. हनुमानांनी नेहमी हृदयामध्ये स्थित असलेल्या सत्य अनुभवाद्वारेच मार्गदर्शन घेतले. त्यामुळेच ते खरे नायक संबोधले जातात.

हनुमानांचे लक्ष सदैव हृदयामध्ये स्थित असणाऱ्या श्रीरामांवरच होते, आहे

आणि राहील. भावना ही बुद्धीला जोडली तर ती विनाशकारी ठरते, पण हृदयाशी जोडली गेली तर प्रभावशाली बनते. खऱ्या लीडरची भावना ही नेहमीच हृदयाशी जोडलेली असते. आपली भावना कुठे असते? आपण कोणत्या भावनेने कार्य करतो? 'बहुजन हिताय', बहुतांचे मंगल घडावे, लाभ व्हावा असे आपण कोणते कार्य करायला हवे? असा कोणता निर्णय घ्यायला हवा ज्यामुळे विश्वामध्ये सकारात्मक परिवर्तन घडावे? या प्रश्नांवर खऱ्या लीडरचे मनन झालेले असते. त्यामुळे त्यांची प्रत्येक गोष्ट समज, विवेक आणि विचारशक्तीमधूनच उपजते. ते प्रत्येक समस्या सहजपणे सोडवू शकतात.

जो स्वत:ला जाणतो तोच खरा नायक! कारण स्वत:ला जाणणाराच सर्वांना ओळखू शकतो. आपण समोरच्या माणसाला जाणले तर त्याला सहजतेने प्रेरणा द्याल, त्याचा विकास घडवाल. जोपर्यंत आपण समोरच्याला ओळखू शकत नाही, तोपर्यंत त्याच्या विकासाविषयी विचारही करत नाही.

खरा नायक कोणत्याही पदप्राप्तीसाठी, सुखसुविधेसाठी किंवा कोणत्याही बलप्राप्तीसाठी कार्य करत नाही, तर आपल्या हृदयाच्या, तेजस्थानाच्या संपर्कात असल्यामुळे तो कार्यरत असतो. कारण तो त्याचा स्वभाव आहे. आपल्या स्वभावासमवेत राहून तो आनंदी जीवन जगतो. तसे पाहिले तर प्रत्येक जिवालाच अखंड जीवन जगण्यासाठी निर्माण केले आहे. त्यामध्येच त्याला अधिक आनंद मिळत असतो.

मानवी मानसशास्त्राचा ज्ञाता

प्रत्येक मनुष्याचा स्वभाव हा भिन्न-भिन्न असतो हे खऱ्या नायकाला ठाऊक असते. सुरुवातीला तो लोकांना समजून घेण्याचा प्रयत्न करतो. यासाठी तो मानवी मानसशास्त्राचा अभ्यास करतो. लोकांना कोणती भाषा ठाऊक असते, त्यांच्या चेतनेचा स्तर कोणता आहे, हे समजून घेतल्यानंतरच तो लोकांशी योग्य प्रकारे संवाद साधतो. अन्यथा लोकांना समजून न घेताच त्यांच्याशी संवाद साधला तर ते सकारात्मक प्रतिसाद देत नाहीत.

प्रशिक्षित नायकाला लोकांच्या मानसिकतेचे ज्ञान असते. त्यामुळेच सर्वांना सांभाळण्याची हातोटी त्यांच्याकडे असते. कोणता मनुष्य कोणत्या स्तरावर आहे, यानुसार त्याला प्रत्येकाची स्थिती समजते. परंतु अप्रशिक्षित मनुष्याला प्रत्येकामध्येच चुका दिसतात. अशा वेळी त्याने संयम बाळगायला हवा. शिवाय, समोरच्या मनुष्याला लगेच चुकीचे न ठरवता, विरोध न करता त्याला काही वेळ

(स्पेस) देऊन त्याचा विकास करायला हवा. त्यानंतर तो मनुष्य स्वत:हूनच त्याच्या हातून घडलेल्या चुकांची कबुली देईल.

दृष्टिकोण बदलण्याचा गुण

खरा नायक कधीही एकाच दृष्टिकोणाला घट्ट धरून ठेवत नाही; तर तो नेहमी घडणाऱ्या घटनांकडे नव्या नजरेने, निरनिराळ्या दृष्टिकोणातून पाहतो. त्याचे कर्म सदैव तेज, ताजे, नवीन असते. त्यामुळे तो जुन्या कर्मबंधनांमध्ये कधी अडकत नाही. याच कारणामुळे तो नेहमी योग्य निर्णयदेखील घेऊ शकतो.

संकल्प आणि वाक्यशक्तीचा गुण

खरा नायक लोकांमध्ये मिळून-मिसळून वागतो आणि त्यांच्या सोबतीने कार्य करतो. परिणामी, लोकांना तो लीडर वाटत नाही. अशा या खऱ्या लीडरकडे संकल्प आणि वाक्यशक्ती असते. त्याचा सकारात्मक परिणाम लोकांवर ताबडतोब होतो.

खरा नायक स्वत:मध्ये क्रांती आणि रूपांतरण घडवतो. तो सुरुवातीला खरा अनुयायी असतो. कारण खरा अनुयायी हाच खरा लीडर बनू शकतो.

कार्याची प्राथमिकता

खरा लीडर आपले प्रत्येक कार्य क्रमबद्ध पद्धतीने करतो. कोणते कार्य सुरुवातीला करायचे, कोणते नंतर करायचे, याचा विचार करून तो आपल्या कार्यांची प्राथमिकता ठरवतो. कोणत्या कामात थोडेफार मागे-पुढे झाले तर चालू शकते आणि कोणत्या कामांमध्ये दिरंगाई करायची नाही, हे त्याला योग्य प्रकारे ठाऊक असते.

वर्तमानात क्रांती घडवण्याचा गुण

खरा नायक हनुमानाप्रमाणे भविष्य नजरेसमोर ठेवून वर्तमानातच क्रांती घडवतो. शिवाय ती एक महान आणि अव्यक्तिगत क्रांती असते. खरा लीडर नेहमी अव्यक्तिगत कार्य करतो. कित्येक लोकांमध्ये द्रष्टेपणा, आत्मविश्वास असतो, पण ते त्याचा उपयोग आपल्या वैयक्तिक स्वार्थासाठीच करतात. असे लोक खरे नायक बनूच शकत नाहीत.

'संपूर्ण विश्वात क्रांती घडवून आणणारा अव्यक्तिगत असा दृष्टिकोण', हीच खऱ्या लीडरची ओळख आहे. अव्यक्तिगत कार्य करण्याची समज नसणारा मनुष्य केवळ एक चांगला बिझनेसमन होऊ शकतो, खरा लीडर नाही. खऱ्या लीडरला कधीही कामाचे ओझे वाटत नाही. कारण त्याचे सगळे कार्य अव्यक्तिगत आणि नि:स्वार्थ पातळीवर सुरू असते.

शीघ्रतेने समस्या सोडवण्याचा गुण

समस्या लवकर सोडवू शकणाऱ्या मनुष्यालाच लोक लीडर मानतात. कारण लीडर, लोकांना योग्य मार्गावर चालायला शिकवतो. हे शिकवताना तो स्वत:ही त्या गोष्टींचे अनुसरण करत असतो. लोकांनीही तोच मार्ग स्वीकारावा, हा त्यामागचा हेतू असतो. यासाठी आपल्याला हनुमानाकडून अलोट प्रेरणा घेता येईल.

नवविचारांचा धनी

जो मार्गदर्शन देतो. ज्याचे लोक ऐकतात, जो नवीन विचार करतो, जो झटपट निर्णय घेतो, जो समस्यांचा सर्वांगाने विचार करून त्या पुन्हा उद्भवणारच नाहीत अशा प्रकारे सोडवतो, त्यालाच खरा लीडर म्हणतात. अशा लीडरला समस्या ही समस्या वाटतच नाही. तर, तिच्याकडे काहीतरी शिकवायला, घडवायला आलेली 'ट्यूशन टिचर' म्हणूनच पाहतो. खऱ्या लीडरचा सिद्धान्त आहे, 'दुसऱ्यांसाठी जगा. कारण दुसरा कुणी नाहीच.'

लोकांचा विकास करण्याचा गुण

आपल्यासोबत काम करणाऱ्या लोकांचा विकास होत आहे किंवा नाही हे पाहणे खऱ्या लीडरचे ध्येय असते. खरा लीडर कुणी तेव्हाच बनतो जेव्हा त्याच्यासोबत कार्य करणाऱ्या लोकांच्या– शारीरिक, मानसिक, आर्थिक, सामाजिक आणि आध्यात्मिक स्तरांवर– विकासाकडे तो बारकाईने लक्ष देतो. सर्व क्षेत्रांमध्ये तो त्यांना योग्य मार्गदर्शन तर देतोच; पण संपूर्ण लक्ष्य प्राप्त करण्यासाठीही लोकांना प्रेरित करतो. त्यामुळे लोकांना त्याच्या सहवासात राहण्यात, वावरण्यात सहजता वाटते.

खऱ्या नायकासमोर काम आणि कामगार असे दोन्ही असतात. पण प्रत्यक्षात जो काम करतो, तोच त्याच्यासाठी जास्त महत्त्वाचा ठरतो. कारण 'पूजा म्हणजे कार्य नव्हे तर कार्यच पूजा आहे' हा भाव त्याच्यात असतो. सेवा आणि सेवक यांच्यात त्याला सेवक हा अधिक महत्त्वाचा असतो. सर्वांचा विकास साधून सर्वोच्च अवस्थेत राहून अभिव्यक्ती करावी हाच खऱ्या नायकाचा प्रयत्न असतो. लोकांकडून कामे कशी करवून घ्यायची हे त्याचे लक्ष्य नसते. तर तो, कामे तर होत राहतील, परंतु कामासोबत सर्वांचा विकास होणे हेदेखील महत्त्वाचे आहे, असा विचार करतो. कामे सहज, सोपी व्हावीत म्हणून तो सर्वांसाठी नियमही बनवतो. मनुष्य आणि नियम दोन्ही एकाच वेळी त्याच्या समोर असताना, नियमांपेक्षा मनुष्य त्याला अधिक महत्त्वाचा वाटतो. कारण नियम मनुष्यासाठी बनवले आहेत,

नियमांसाठी मनुष्य नव्हे, ही गोष्ट त्याला अत्यंत स्पष्ट असते.

कृतिशीलतेचा गुण

खरा नायक बोलण्यापेक्षा कृतीवर अधिक भर देतो. प्रथम स्वत: कार्य करून मगच इतरांना शिकवतो. खरा लीडर कसा असावा, याची झलक हनुमानाच्या कित्येक गुणांमधून प्रचितीस येते.

पदांचा नव्हे, तर गुणांचा प्रभाव

खरा नायक आपल्या पदाने नव्हे तर गुणांचे सामर्थ्य, प्रामाणिकपणा, मधुर वाणी आणि सर्वांचा विकास करण्याची अभिलाषा यांनी लोकांना प्रभावित करतो.

'श्रीगणेशा' करण्याचा गुण

खऱ्या नायकाचे आणखी एक वैशिष्ट्य म्हणजे त्याच्यात 'प्रारंभ करण्याचा' महत्त्वाचा गुण असतो. कार्य कितीही कठीण असले तरीही तो ते आव्हान स्वीकारतो. मग सीतामातेच्या शोधार्थ समुद्र उल्लंघायचा असो, संजीवनी वनस्पती आणायची असो, नवीन कार्यारंभाचे साहस असो अथवा कार्याची सुरुवात करण्याचे सामर्थ्य असो, या सर्व बाबी हनुमानाच्या कार्यांमध्ये झळकतात. अविचारी आणि साधारण मनुष्य इतरांनी कार्यारंभ करण्याची वाट पाहतात, त्यानंतरच ते त्या कार्यात स्वत:चे योगदान देतात. अशांना आयुष्यात कोणतीही जोखीम उचलायची नसते. दुसरीकडे, सेनानायक नेहमीच आपल्या सेनेपुढे असतात. ते कधीही डोळे झाकून संकटांना सामोरे जात नाहीत, तर मोजूनमापून जोखीम उचलतात. याच वैशिष्ट्यामुळे खरा नायक विकासाचे उंच शिखर गाठतो.

आत्मविश्वास आणि निर्भयतेची भावना, अहंकाररहित अव्यक्तिगत दृष्टिकोण, कार्याची संपूर्ण जबाबदारी घेणे, लोकव्यवहार आणि योग्य संभाषणकौशल्य, बुद्धीची लवचीकता आणि निर्णय घेण्याची कला हे सगळे गुण हनुमानांमध्ये उपलब्ध असल्याने ते लीडरगमचे दमदार नायक म्हणून संबोधले जातात.

आपण अकराळविकराळ रूप धारण करून राक्षसांना ठार केले आणि भगवान श्रीरामांचा हेतू सफल व्हावा, यासाठी योगदान दिले.

– हनुमान/भक्ती–चालिसा

६

हनुमानांची सुग्रीवाला साथ

वाली आणि सुग्रीव युद्ध

वाली आणि सुग्रीव ही दोन जुळी भावंडे होती. त्यांचे परस्परांशी असलेले नाते अत्यंत स्नेहपूर्ण आणि ताळमेळ असणारे होते. वालीच्या पत्नीचे नाव तारा, तर सुग्रीवाच्या पत्नीचे नाव रूमा होते. वाली किष्किंधा राज्याचा राजा होता. दोन्ही भावंडे अत्यंत सुखाने एकत्रितपणे आयुष्य व्यतीत करत होते.

एकदा त्यांच्या राज्यात मायावी नावाच्या एका राक्षसाने येऊन उत्पात माजवला. मग वालीने त्याच्याशी युद्ध केले. त्या युद्धात राक्षसाच्या पराभवाची चिन्हे दिसू लागली. पण 'वालीच्या विरुद्ध जो युद्ध करेल त्याची अर्धी शक्ती वालीला मिळेल' असे वरदान वालीला मिळाले होते. याच कारणाने वालीसोबत युद्धात कुणीही जिंकू शकत नसे. मायावी राक्षसाला जेव्हा आपला दारुण पराभव होत आहे, असे दिसू लागले, त्या वेळी जीव वाचवण्यासाठी त्याने तेथून पळ काढला. वालीनेही त्याचा पाठलाग केला. तेव्हा सुग्रीवही वालीच्या मदतीसाठी त्यांच्या मागे गेला. राक्षस आपला जीव वाचवण्यासाठी एका गुहेत जाऊन लपला. वालीने गुहेत प्रवेश करण्यापूर्वी सुग्रीवाला सूचना केली, 'गुहेच्या बाहेर १५ दिवस तू माझी वाट पाहा. त्या १५ दिवसांमध्ये जर मी बाहेर आलो नाही तर राक्षसाने मला ठार केले आहे असे समज. त्यानंतर तू गुहेचे प्रवेशद्वार एका मोठ्या शिळेने बंद कर. परिणामी, तो राक्षस गुहेच्या बाहेर कधीही येऊ शकणार नाही,' असे म्हणून वाली गुहेमध्ये गेला आणि बाहेर सुग्रीव त्याची प्रतीक्षा करत बसला.

वाली गुहेमध्ये जाऊन बरेच दिवस लोटले होते. आत त्याचे राक्षसाशी युद्ध

सुरूच होते. शेवटी वालीने राक्षसाला ठार मारले. परंतु मरताना तो राक्षस वालीच्या आवाजात किंचाळला; जसे, सोन्याचा मृग बनलेला मारीच राक्षस लक्ष्मणाला हुलकावणी देण्यासाठी श्रीरामांच्या आवाजात ओरडला होता.

राक्षसाच्या मृत्यूनंतर गुहेमधून त्याच्या रक्ताची धार बाहेर आली. तेव्हा वालीच्या आवाजातील चीत्कार आणि वाहते रक्त पाहून 'खरोखरच वालीचा वध झाला' असे समजून सुग्रीवाने सत्याची पडताळणी न करता, आपल्या विचारांवर मोहर उमटवली. त्यानंतर राक्षसाला गुहेमधून बाहेर पडता येणार नाही अशा पद्धतीने त्याने गुहेच्या तोंडावर एक जड शिळा ठेवली.

आता सुग्रीव वालीच्या मृत्यूची बातमी घेऊनच राजमहालामध्ये परतला. वाली नसल्याने आता तोच राजा बनला. शिवाय, वालीची पत्नी तारा हिच्याशी त्याने विवाहदेखील केला. अशा प्रकारे आपल्या दोन्ही राण्यांसमवेत तो सुखाने राज्य करू लागला.

दरम्यान गुहेच्या तोंडावर ठेवलेली शिळा फोडून वाली गुहेच्या बाहेर आला. सुग्रीव त्याच्या राज्याचा राजा बनून राज्य करतो आहे, हे पाहून त्याचा क्रोध अनावर झाला. सुग्रीवाने राज्याच्या लालसेपोटीच आपल्याला धोका दिला, असा भ्रम वालीने करून घेतला. सुग्रीवाप्रमाणेच त्यानेदेखील वास्तव न बघता आपल्याच विचारांवर विश्वास ठेवला. वालीच्या या एका चुकीच्या विचाराने तो आपल्या प्रिय भावाचाच सर्वात मोठा शत्रू बनला. आता सुग्रीवाचा जीव घेण्यासाठी तो उतावीळ झाला होता. त्यामुळे आपला जीव वाचवण्यासाठी सुग्रीवाने कसाबसा पळ काढला. नगरापासून दूर डोंगरात, वनांमध्ये लपून राहून, सुग्रीव अत्यंत दु:खात आपले आयुष्य व्यतीत करू लागला.

मात्र, सुग्रीव जंगलामध्ये एकटा राहत नव्हता. त्याच्याबरोबर त्याचे काही विश्वासपात्र वानरमित्रदेखील होते. हनुमानही सुग्रीवाचे मित्र आणि साहाय्यक होते. सूर्यदेवांना दिलेल्या वचनाचे हनुमंतांनी नेहमीच पालन केल्याने सुग्रीवाला त्यांनी कधीही एकटे सोडले नाही.

पुढे जाऊन श्रीरामांनीही सुग्रीवाची मदत केली. वालीवर बाण सोडून श्रीरामांनी त्याला मुक्ती दिली. सुग्रीव आणि वाली ही जुळी भावंडे असल्याने एका प्रसंगात त्यांच्यातील फरक ओळखता न आल्याने श्रीरामांना वालीवर बाण चालवणे कठीण झाले. शेवटी दोघांमधील फरक ओळखण्यासाठी सुग्रीवाला हार घातला. मगच श्रीरामांनी वालीवर बाण सोडला आणि त्यात त्याचा मृत्यू झाला.

कुठे आपल्या बाबतीतही हाच प्रसंग घडत नाही ना, याचा जरा सखोल विचार करून पाहा.

आपणदेखील कुणाचे जुळे बनण्याचा प्रयत्न करत आहात का? कुणी कुणाचा जुळा कसे बनू शकतो, असा आपण विचार करत असाल. परंतु इथे बाह्यरूपाविषयी नाही तर कृतींच्या माध्यमातून हुबेहुब त्यांचेच अनुकरण करण्याविषयी सांगितले जात आहे. कित्येकदा समोरचा जसा वागतो त्यानुसारच आपणही कृती करतो. जसे, एखाद्याला आपण 'गुड मॉर्निंग' केले आणि तो चेहरा वाकडा करून निघून गेला तर मनातल्या मनात आपण, 'पुढच्या वेळी जर हा मला 'गुड मॉर्निंग' म्हणाला तर मीदेखील असाच चेहरा वाकडा करून निघून जाईन,' असा विचार करतो. याला म्हणतात एकसारखा प्रतिसाद देणे.

अशा जुळ्या, समान कृतींमुळे आपण आपल्यातील रामाला द्विधावस्थेत टाकत असतो. 'वाली आणि सुग्रीव दोघांचा चेहरा जर समान आहे, तर मग बाण कुणावर सोडायचा?' याचाच अर्थ, आपण कुणाचाही जुळा बनण्याची गरज नाही. आपले निर्णय कधीही इतरांच्या कृतीवर अवलंबून नसावेत. तेव्हाच आपल्या अंतरंगामध्ये स्थित असलेला राम आपली मदत करेल.

सुग्रीव आणि वाली यांच्या युद्धात श्रीरामांनी सुग्रीवाला हार घातला. त्यामुळेच त्या दोघांमधील फरक त्यांना समजला. अगदी अशाच प्रकारे आपल्याला समर्पण करायचे (हाराचा स्वीकार करायचा) आहे. मगच आपल्या अंतरंगातील राम आपली मदत योग्य प्रकारे करू शकेल. इतरांचे पाहून कुणाचे अनुकरण करू नका, जे करण्याची परवानगी आपल्यातील राम देत नाही.

आपण अत्यंत चतुर, विद्यावान आणि गुणवान आहात. भगवान श्रीरामांचे कार्य करण्यासाठी आपण सदैव अधीर असता.

– हनुमान/भक्ती-चालिसा

७

बुद्धिमान दूत हनुमान
आत्मनियंत्रण आणि संयम याचे प्रतीक

श्रीराम-हनुमान यांची पहिली भेट ऋष्यमूक पर्वतावर झाली. त्यापूर्वी त्यांचा परस्परांशी कोणताही परिचय नव्हता. हनुमान श्रीरामांविषयी काहीही जाणत नव्हते. हनुमानांनी त्या वेळी ब्राह्मणाचा वेष धारण केला होता. 'किष्किंधा वनात कोण आले असेल बरं? वालीने एखादा भेदी तर पाठवला नाही ना?', या शंकेने ग्रस्त असणाऱ्या सुग्रीवांनी शोध घेण्यासाठी हनुमानांना पाठवले होते.

ब्राह्मणाच्या रूपात हनुमानाने अत्यंत विनम्रतापूर्वक श्रीरामांना विचारले, "इतकं विलोभनीय व्यक्तिमत्त्व असणारे आपण कोण आहात? आपण प्रथमदर्शनी तर क्षत्रिय आणि राजवंशातील भासता. आपली अत्यंत कोमल पावलं या घनघोर अरण्यातील काठीण्यपूर्ण धरेवर काय करत आहेत? आपण त्रिदेवांपैकी तर कुणी एक नाही? अथवा नर आणि नारायण दोन्हीही आहात?, हे कृपया सांगावं." अत्यंत विनम्रतापूर्वक प्रश्न विचारणाऱ्या हनुमानांच्या वाणीने श्रीराम अतिशय प्रभावित झाले. ते लक्ष्मणाकडे हनुमानांच्या विद्वत्तेची, त्यांच्या वाक्‌चातुर्याची प्रशंसा करताना म्हणाले, "लक्ष्मणा! हा ब्राह्मण बघ किती सुंदर भाष्य करत आहे. अवश्य त्याने सर्व वेदांचा अभ्यास केलेला दिसत आहे. अन्यथा अशा प्रकारचं भाष्य तो कसा बरं करू शकला असता? निश्चितच याला संपूर्ण व्याकरण अवगत असणार! कारण त्याच्या बोलण्यात एकही त्रुटी आढळली नाही, किंबहुना तो कुठेही अडखळला नाही."

त्यानंतर श्रीरामांनी हनुमानाला आपला परिचय दिला. ते म्हणाले, "मी राजा

दशरथाचा पुत्र असून माझ्या पत्नीच्या – सीतेच्या शोधार्थ इकडे आलो आहे.''

पुढे संवादांदरम्यान हनुमानांना समजले, की त्यांच्यासमोर तर साक्षात भगवंत उभे आहेत. तेव्हा हनुमान अत्यंत नम्रतापूर्वक श्रीरामांच्या चरणांवर लीन झाले. श्रीरामांनी त्यांना 'आपली कथा ऐकव' असे सांगितले. त्यावर हनुमान म्हणाले, ''कथा तर श्रीरामांची असते, ज्यामुळे लोकांना प्रेरणा मिळते. व्यक्तीची तर केवळ व्यथाच असू शकते.''

त्यावर श्रीराम म्हणाले, ''तरीदेखील आपला परिचय द्यावा.''

मग हनुमान म्हणाले, ''आधीच माझी बुद्धी मंद आहे. मी अज्ञानाने अंध आहे. मायेमध्ये माझं मन बंद आहे. त्याचबरोबर आपणही मला विसरला आहात तेव्हा माझी अवस्था कशी असणार...! मात्र मी आपल्याला विसरलो, कारण माझी वानरबुद्धी आहे. माझ्याकडून अशी चूक होऊ शकते. पण आपण मला कसे विसरलात?'' असे म्हणून ते आपल्या मूळ रूपात प्रकटले.

एक मंद मै मोहबस कुटिल हृदय अज्ञान।
पुनि प्रभु मोहि बिसारेउ दीनबंधु भगवान।।
जदपि नाथ बहु अवगुन मोरें।
सेवक प्रभुहि परै जनि भोरें।।

अशा प्रकारे हनुमानाचे संभाषण ऐकून श्रीराम अत्यंत प्रभावित झाले होते. भक्त आणि भगवान यांच्या दरम्यान घडलेला हा वार्तालाप अतिशय हृदयस्पर्शी होता. कारण अभिव्यक्तीचे अद्‌भुत असे कौशल्य हनुमानांमध्ये होते.

रावणाने बळपूर्वक आणि कपटाने सीतामातेचे अपहरण केल्याचे हनुमानांना समजले. त्या वेळी सुग्रीव श्रीरामांची मदत कशा प्रकारे करू शकतील याचा अंदाज त्यांनी लावला. त्यानंतर हनुमान एका खांद्यावर श्रीरामांना तर दुसऱ्या खांद्यावर लक्ष्मणाला बसवून मैत्रीचा प्रस्ताव घेऊन सुग्रीवाकडे गेले. श्रीराम-लक्ष्मणांना खांद्यावर घेऊन जेव्हा त्यांनी उड्डाण केले, त्या वेळी श्रीराम हनुमानाचे डोके धरून बसले. यावर खूश होऊन हनुमान म्हणाले, ''भगवंतांनी स्वतः मला धरलं. त्यामुळे मी कृतार्थ झालो. आता भगवंत मला कधीही स्वतःपासून वेगळं करणार नाहीत.'' यावरून हे लक्षात घ्या, हनुमान असा भक्त होता, जो आपल्या स्वामींना – भगवंताला भेटल्यानंतर आयुष्यभर त्यांच्यापासून विभक्त झाला नाही, हा आहे खरा भक्त हनुमान!

एका खांद्यावर श्रीराम आणि दुसरीकडे लक्ष्मण यांना घेऊन जाणाऱ्या हनुमंताचे

चित्र लक्षपूर्वक पाहा. त्यावर मनन केले तर एकीकडे श्रीराम हे अनुभवाचे प्रतीक आहेत आणि दुसरीकडे लक्ष्मण म्हणजे लक्ष्य अभिव्यक्तीची खूण आहेत, हे स्पष्ट होईल. एकीकडे अनुभव संगीत, तर दुसरीकडे अभिव्यक्तीचे गीत! याचाच अर्थ, हनुमानाला जे कार्य करायचे होते, त्यासंबंधीचे लक्ष्य त्यांना संपूर्णपणे स्पष्ट होते. या चित्रावर मनन केल्यानंतर आपल्याला समजते, की एकीकडे श्रीरामांचे नाव तर दुसरीकडे लक्ष्यअभिव्यक्ती घडायला हवी. असे जेव्हा घडेल, तेव्हाच मनुष्यजीवन सफल होईल.

एकीकडे श्रीराम तर दुसरीकडे जीवनाचा उद्देश! हे दृश्य साकारूनच हनुमान उडत आहेत. चित्राचे हे रहस्य समजून घेऊनच आपल्याला हनुमानाची उपासना करायची आहे. बाह्यचित्र आपल्याला आंतरिक अवस्थेकडे घेऊन जाते. असे चित्र पाहून, त्याच्यावर मनन करून ज्या गोष्टींची गरज आपल्याला आहे, त्यांचेच स्मरण घडायला हवे. हनुमानाची अशी आशयपूर्ण उपासना, आपले हेतू सफल करण्यामध्ये साहाय्यक ठरेल, आपल्याला परमानंदाची प्राप्ती घडवेल. यापेक्षा सर्वोच्च बाब आणखी काय असणार?

मात्र चित्रांची आंतरिक अवस्था, आशय समजून घेण्याइतपत मनुष्याची बुद्धी प्रखर नसते. आजही काही लोक रामायण वाचतात आणि समजूनही घेतात, ही नक्कीच कृपा म्हणायला हवी. अशाच प्रकारे आपण प्रत्येक कथेची आंतरिक अवस्था खोलवर जाणून घेतली तर आपल्यामधील सगळ्या मूर्खता आणि अज्ञानामुळे निर्माण होणाऱ्या चुकीच्या धारणा नष्ट होतील.

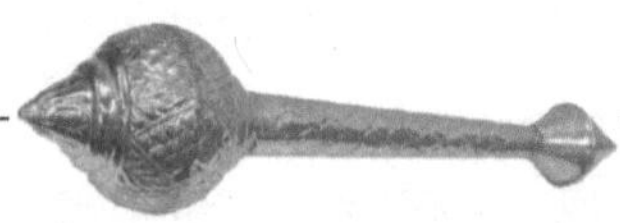

हजारो योजने दूर, जिथे पोहोचण्यासाठी हजारो युगे लागली, त्या सूर्याला आपण मधुर फळ समजून गिळंकृत केले.

- हनुमान/भक्ती-चालिसा

८

हनुमानाचे अचूक ध्येय
विस्मरणाची चूक करू नका

हनुमान लीडरगमचे धनी होते. त्यांनी श्रीराम आणि सुग्रीव यांच्या मैत्रीचा पाया रचला. सुग्रीव आणि श्रीराम यांची समस्या जवळपास एकसारखीच होती. सुग्रीवाच्या पत्नीला बळपूर्वक नेणारा वाली होता, तर सीतेला कपटाने नेणारा रावण होता. या कारणास्तव दोघेही सहजतया परस्परांचे सहयोगी बनले. याच गोष्टीला आधार मानून हनुमानाने त्या दोघांमध्ये मैत्रीचे संबंध दृढ केले.

कथेमध्ये पुढे सांगितले आहे, श्रीरामांनी वालीचा वध करून सुग्रीवाचा राज्याभिषेक केला. अंगदला युवराजपद दिले. अशा प्रकारे श्रीरामांच्या मदतीने सुग्रीवाचे काम तर पार पडले; पण आता सुग्रीवाद्वारे सीतेचा शोध लावण्याची बाब समोर आली. हा विषय छेडल्यानंतर हनुमान म्हणाले, ''आताचा काळ हा वर्षाऋतूचा आहे. त्यामुळे दऱ्याखोऱ्यांच्या या प्रदेशात आत्ता कार्य करणं योग्य ठरणार नाही.'' हनुमानांच्या या बोलण्यावर श्रीरामांनी लक्ष्मणासहित प्रवर्षण पर्वतावर निवास करून वर्षाकाळ व्यतीत केला. त्याच वेळी सुग्रीव राजा झाला आणि तो राज्यकारभार सांभाळू लागला होता. पण, पुढे सुग्रीवामध्ये बदल घडला. श्रीरामांविषयी असणारा त्याचा सेवाभाव मंद झाला. सुग्रीवाने भलेही श्रीरामांना मदतीचा हात पुढे केला होता, परंतु त्याचा हेतू साध्य झाल्यावर, त्याची पत्नी त्याला मिळाल्यानंतर तो आपल्या ध्येयापासून दूर होऊन आरामात मग्न झाला. परिणामी, तो श्रीरामाला, रामकार्याला विसरला. मनुष्याकडूनही अशा चुका घडतात. मनुष्य जेव्हा अडचणीत, संकटात असतो तेव्हा आपल्या मदतीसाठी ईश्वराला कळकळीची प्रार्थना करतो. मात्र,

संकट दूर होताच त्याला ईश्वराचे विस्मरण पडते.

सुग्रीवाच्या बाबतीतही नेमके हेच घडले. सुग्रीवातील या बदलामुळे लक्ष्मण अतिशय क्रोधित झाला. त्यांनी सुग्रीवाला धडा शिकवायचे ठरवले. श्रीरामांनीदेखील त्यांना, 'सुग्रीवाला समजावून सांग' असा आदेश दिला. परंतु हनुमानाने त्यांचा राग शांत केला आणि ही बिकट परिस्थिती अत्यंत कौशल्याने हाताळली. हनुमानाने अत्यंत चातुर्याने सुग्रीवाला भगवान श्रीरामांच्या कार्याचे स्मरण करून दिले आणि त्याच्या चुकीची जाणीवही! मग श्रीरामांची आज्ञा घेऊन वानरांना एकत्रित करण्यासाठी सुग्रीवाने देशोदेशी दूत पाठवले.

संपातीकडून मदत

हनुमान सीतेचा शोध लावूनच परतणार याची संपूर्ण खातरी सुग्रीव आणि श्रीराम यांना होती. सुग्रीवाने हनुमानांचे केलेले गुणगान ऐकून आपल्या कार्यसिद्धीबाबत श्रीरामांना कोणतीही शंका राहिली नाही. मनातल्या मनात अत्यंत प्रसन्न होत श्रीरामांनी आपल्या नावाच्या अक्षरांनी युक्त अशी एक अंगठी हनुमानाच्या हातात दिली आणि त्यांना सांगितले, "हे कपिश्रेष्ठ! ही अंगठी पाहून तू माझाच दूत आहेस याची खातरी सीतेला पटेल. त्यानंतर ती निर्भयतेने तुझं म्हणणं ऐकेल. हे कार्य तू नक्कीच संपन्न करशील यावर माझा पूर्ण विश्वास आहे."

हनुमानासोबत अंगद, नल-नील, जांबुवंत इत्यादी अस्वले-माकडे यांची एक टोळी दक्षिणेकडे सीतेच्या शोधार्थ निघाली. तहानभुकेची पर्वा न करता, प्रचंड डोंगरदऱ्या असूनही, सगळे जण सीतेच्या शोधात समुद्राच्या शेवटच्या टोकाजवळ पोहोचले. त्या वेळी त्यांच्यासमोर एक नवीन समस्या उभी ठाकली.

त्यांच्यासमोर होता एक विशालकाय समुद्र! एवढा विराट सागर पाहून सगळेच थबकले. त्या वेळी संपाती नावाच्या एका गिधाडाने त्यांचे बोलणे ऐकले. तेव्हा त्यांच्या बोलण्यातून त्याला समजले, की त्याचा भाऊ जटायू सीतेचे रक्षण करताना रावणाच्या हातून मारला गेला. हे ऐकून त्याला फार दुःख झाले. पण श्रीरामांच्या कार्यात जटायूप्रमाणेच आपणही मदत करावी असे संपातीला वाटले. म्हणून सर्वांना उद्देशून तो म्हणाला, "आम्ही गिधाडं दूरवरचं पाहू शकतो. तुम्ही वर्णिलेली स्त्री तेथे आहे किंवा नाही हे मी दूरवर नजर टाकून पाहण्याचा प्रयत्न करतो." असे बोलून त्याने दूरवर नजर टाकली आणि तो म्हणाला, "समुद्राच्या मध्यभागी स्थित लंकाद्वीपावर एका झाडाखाली, एक अतिशय दुःखी स्त्री बसलेली दिसत आहे. कदाचित तीच सीता असावी."

सुप्त शक्तींचे स्मरण

संपातीचे बोलणे ऐकून सगळ्या वानरांमध्ये आशेचा किरण जागा झाला. पण, त्याच वेळी समुद्र उल्लंघून लंकेत कसे जायचे, ही बिकट समस्याही सर्वांसमोर उभी राहिली. तितक्यात जांबुवंताला हनुमानाच्या शापाचे आणि त्यांच्या सुप्त शक्तींचे स्मरण झाले. हनुमानाला समुद्रकिनारी त्यांच्या शक्तींची आठवण करून देत जांबुवंत म्हणाला, "हे अंजनीपुत्रा! असा शांत का बसलास? बालपणी तर सूर्याकडे झेपावून त्यांना फळ समजून तोंडातच धरलं होतंस. शिवाय, सूर्यदेवांकडून ज्ञान प्राप्त करण्यासाठी त्यांच्याच वेगाने उडत होतास. या गोष्टीचं विस्मरण कसं घडलं? तो वायुवेग आणि गगनभेदी झेप कशी विसरू शकता? हे वानरश्रेष्ठ हनुमाना, उठा! हा महासागर उल्लंघून जाणं तुमच्यासाठी सहजशक्य आहे. नव्हे, अगदी क्षुल्लक बाब आहे. सगळे वानर चिंताग्रस्त असताना तुम्ही मात्र असे निश्चिंत कसे? याला काय म्हणावं? आपला वेग जाणा. भगवान विष्णूंनी तर तीन पावलांमध्ये संपूर्ण पृथ्वी व्यापली होती, त्याचप्रमाणे तुम्हीदेखील उडी मारून समुद्राच्या पलीकडे जावं."

हे ऐकताच वीरश्री संचारलेल्या हनुमंतांमध्ये आपल्या असीम बळाचे भान जागृत झाले. समुद्र लांघण्यासाठी त्यांनी आपला आकार वाढवून पर्वताकार रूप धारण केले. उंच झेपावूनच समुद्र पार करता येईल हे त्यांच्या त्वरित लक्षात आले. तेव्हा एका पर्वतावर उभे राहून श्रीरामांच्या नावाचा जयजयकार करतच ते गगनात झेपावले. त्या वेळी महाकाय आकाशात जणू परम तेजस्वी आणि पंखविरहित पर्वतच उडत आहे, असाच सर्वांना भास झाला.

आपण संजीवनी आणून लक्ष्मणांना जीवनदान दिले, त्यामुळे श्रीरामांनी हर्षपूर्वक आपल्याला हृदयाशी धरले.

- हनुमान/भक्ती-चालिसा

९

हनुमानाची विनम्रता आणि चातुर्य
अडचणींचा सामना कसा कराल?

वायुपुत्र हनुमानाच्या आतापर्यंत सांगितलेल्या सर्व गुणांसोबत आणखी दोन गुणांचा उल्लेख आवर्जून करता येईल. ते म्हणजे, त्यांची विनम्रता आणि लवचीकता. पुढील प्रसंगांद्वारे त्यांचे हे गुण समोर येतात.

कार्यपूर्ततेसाठी हनुमान समुद्रावरून उडत असताना समुद्राने त्यांच्या विश्रामासाठी आपल्या आतून मैनाक पर्वत बाहेर काढला आणि त्या पर्वतावर हनुम ानाला विश्रांती घ्यायला सांगितले. तेव्हा हनुमानांनी त्यांचे निवेदन अस्वीकार केले. पण, समुद्राला वाईट वाटू नये यासाठी पर्वताला अत्यंत विनम्रतेने स्पर्श करून ते आदरपूर्वक म्हणाले, ''मला श्रीरामांच्या कार्यासाठी पुढं जायचं आहे. तेव्हा आता मला विश्रांतीसाठी थांबायला वेळ नाही. माझ्या स्वामींचं कार्य मी जोपर्यंत पूर्ण करत नाही तोपर्यंत विश्रांती घेऊच शकत नाही.... *राम काजु कीन्हें बिनु मोहि कहाँ विश्राम.*''

हनुमानाचा मैनाक पर्वतावर विश्रांती न घेण्यामागे अहंकाराचा कोणताही लवलेश नव्हता. अन्यथा, मोठे पद मिळाल्यानंतर लोकांच्या प्रतिक्रिया तीव्र बनतात. ते उन्मत्त होतात आणि त्यांचे वागणेही बदलते. परंतु हनुमानाच्या आचरणामध्ये अहंकाररहित विनम्रता होती. त्यांनी पर्वतावर विश्रांती घेतली नाही. मात्र, त्याला स्पर्श केला; जेणेकरून समुद्राचा अनादर होणार नाही. हनुमानाचे हे आचरण अत्यंत अनुकरणीय होते.

हनुमानाच्या या उदाहरणावरून आपल्याला खूप काही शिकायला मिळते.

हनुमानाला काही क्षणांचा आराम करण्यासाठी ज्याप्रमाणे मैनाक पर्वत मिळाला, त्याचप्रमाणे आपल्याकडेदेखील मोबाईल फोन, एसी गाडी, कॉम्प्युटर, इंटरनेट यांसारख्या सुविधा, आधुनिक वस्तू उपलब्ध असतात. वास्तविक त्यांचा खरा उद्देश असतो, कार्य अधिक वेगाने, तत्परतेने पूर्ण व्हावे. पण आपण त्यांच्यामध्येच पूर्ण अडकून जातो. आधुनिक सोयीसुविधा यासाठी नसतात, याचेही भान आपल्याला राहत नाही.

त्यामुळे प्राप्त होणाऱ्या गोष्टींना केवळ स्पर्श करायचा आहे. अर्थात, त्याचा योग्य वापर करायचा आहे. 'या वस्तू आपल्याला सेवेसाठी, आपली कामं जलद गतीने व्हावी यासाठी मिळाल्या आहेत, हीच भावना सुखसुविधांच्या वस्तूंबद्दल आपल्यात हवी. त्यामुळे आपण कधीही सुविधांबाबत आसक्त होऊन आपल्या कर्तव्याकडे पाठ फिरवू नये.

मोठमोठ्या जबाबदाऱ्या पार पाडणाऱ्यांना काही सुविधा तर मिळतातच. शिवाय, त्या सुविधा त्यांना हव्या तशा वापरण्याचे स्वातंत्र्यही मिळते. आपल्यासाठी मात्र असे स्वातंत्र्य वरदान बनावे, अभिशाप नाही. सुविधांमध्ये स्वतः अडकायचे नसून, त्यांचा स्वीकार करून त्यांच्या पुढे जायचे असते. जसे, समुद्राने मैनाक पर्वत हनुमानाच्या सुविधेसाठी उपलब्ध करून दिला. परंतु हनुमानाचे लक्ष त्या वेळी केवळ आपल्या ध्येयावरच होते. ते पूर्ण स्वामिभक्त होते. स्वामींचे काम करताना ना विश्राम घ्यायचा असतो, ना कुणाकडून सेवा करून घ्यायची असते. तेव्हा आपणही प्रभु भक्तीमध्ये लीन असणाऱ्या हनुमानांकडे अशाच विनाअट, भक्तियुक्त सेवेची मागणी करायला हवी.

मैनाक पर्वताला निरोप देऊन हनुमान जेव्हा समुद्रावरून जात होते, तेव्हा देवतांनी हनुमानाच्या ताकदीची आणि बुद्धीची परीक्षा घ्यायचे ठरवले. यासाठी त्यांनी सुरसा नावाच्या राक्षशिणीला अडथळ्यासाठी त्यांच्या मार्गात पाठवले. सुरसा समुद्रातून बाहेर आली आणि हनुमानाला म्हणाली, "देवता आज प्रसन्न झाल्या असून माझ्या भोजनासाठीच तुला पाठवलं आहे,' असे म्हणून तिने हनुमंताला अडवण्याचा, थांबवण्याचा आटोकाट प्रयत्न केला. यावर हनुमानाने सुरसेला सर्वतोपरी समजावले. तरी ती काही केल्या ऐकेना. मग हनुमान तिला म्हणाले, "आत्ता मला सीतामातेच्या शोधार्थ समुद्र उल्लंघून जायचं आहे. मातेचा शोध घेऊन त्यांच्या कुशलतेची वार्ता प्रभु रामचंद्रांना दिल्यानंतर मी स्वतःच खाद्य म्हणून तुझ्यासमोर उपस्थित राहीन. त्या वेळी तू मला खूशाल खा."

इतके समजावूनही सुरसा काही केल्या ऐकत नव्हती. त्या वेळी हनुमंताने एक युक्ती लढवली. त्यांनी हळूहळू आपला आकार वाढवला. मग सुरसानेही आपल्या तोंडाचा जबडा मोठा केला. हनुमंतांनी आपल्या शरीराचा आकार जितका वाढवला, तितकाच सुरसानेदेखील जबडा मोठा केला. थोडा वेळ हा क्रम असाच सुरू राहिला. शेवटी, हनुमानाने अत्यंत सूक्ष्म रूप धारण केले आणि ते सुरसाच्या तोंडात गेले, लगेच बाहेरही पडले. अशा प्रकारे अत्यंत चातुर्याने त्यांनी स्वतःला वाचवले. यावरून हनुमानाच्या लवचीक बुद्धीबरोबरच त्यांचे शरीरही तितकेच लवणारे होते ही बाब लक्षात येते. याच लवचीकतेचा वेळोवेळी त्यांनी उपयोग केला.

प्रसंगानुसार लवचीकता

अमर हनुमानांमध्ये प्रसंगानुरूप कार्य करण्याची लवचीकता असते. ते केवळ आपल्या बाह्य शरीरालाच आवश्यकतेनुसार लहानमोठे करू शकत नाहीत, तर आपली मानसिकतादेखील त्या अनुरूप बनवतात. त्यांनी वेगवेगळ्या प्रसंगी, विविध कृतींद्वारे आपल्या कार्यांची सिद्धता केली. हनुमानाच्या या गुणामधून, प्रसंगानुरूप स्वतःला कसे बदलायचे, कुठे नम्रपणे वागायचे, कुठे स्वतःला सिद्ध करायचे, कुठे संयम बाळगायचा, कुठे तत्परता दाखवायची, भिन्न-भिन्न परिस्थितींमध्ये आपले वागणे कसे ठेवायचे, या गोष्टी आपण शिकायला हव्यात. यासाठी मनामध्ये सतत ध्येयाची ज्योत तेवत ठेवायला हवी. जसे, हनुमानांच्या मनात-बुद्धीत सीतामातेच्या शोधाची धून आणि हृदयामध्ये श्रीरामांचा अनुभव होता. हनुमानांनी त्यांची आंतरिक घडणच तशी बनवली असल्याने त्यांना हे सहज शक्य झाले. हनुमानांच्या आंतरिक अवस्थेचा हा संकेत आपल्या लक्षात आला तर त्यांच्या कथेतील प्रत्येक प्रसंग योग्य संकेत देईल.

याच गुणामुळे हनुमान आपल्या मार्गातील प्रत्येक बाधा दूर करू शकले.

आता सुरसेला निरोप देऊन हनुमानांनी पुढे प्रस्थान केले. त्या वेळी वाटेत त्यांना आणखी एका अडथळ्याला सामोरे जावे लागले. मात्र, या वेळी त्यांचा सामना छायाग्रहिणी नावाच्या राक्षशिणीशी झाला. छायाग्रहिणी राक्षशीण उडणाऱ्या पक्ष्याची पाण्यातील सावली पकडायची. ती सावली पकडताच तो पक्षी तिच्या ताब्यात येत असे. मग तो कोणतीही हालचाल करू शकत नसे. त्यानंतर तो खाली पाण्यात पडताच छायाग्रहिणी त्याला पकडून खात असे.

इथे सावली पकडण्याचा अर्थ, इतरांच्या अहंकाराला प्रोत्साहन देणे, असा आहे; जेणेकरून विकास करणारा मनुष्य खाली पडावा आणि त्याचे अधःपतन

व्हावे. आपण सेवा करतो त्या वेळी लोक आपली प्रशंसा करतात. प्रशंसकांच्या मोहजालात अडकणारा मनुष्य सेवामार्गावरून, आपल्या लक्ष्यावरून विचलित होतो. यासाठी कुणी आपली स्तुती केली तर वेळीच सावध व्हा. तो छायाग्रहिणी बनून आपल्याला अडकून ठेवत आहे, असे समजा. अशा वेळी आपल्याला हनुमानाप्रमाणेच स्थिर, निश्चल राहायचे आहे. आपल्या लक्ष्यापासून ते कधी भरकटले नाहीत. सगळ्या अडचणी त्यांनी मोठ्या चातुर्याने दूर केल्या आणि अहंकारापासून मुक्त राहून सतत आपल्या उद्देशाच्या दिशेने अग्रेसर राहिले.

सावली म्हणजे काय? जिचे अस्तित्वच नसते, तिला सावली म्हणतात. जसे, ज्या वेळी सूर्याची किरणे इमारतीवर पडतात, त्या वेळी त्या इमारतीची सावली जमिनीवर पडते. म्हणून इमारतीच्या जितक्या भागावर अडथळ्यामुळे प्रकाश पोहोचत नाही, तितका भाग सावलीयुक्त दिसतो. अहंकारदेखील या सावलीप्रमाणेच असतो. प्रत्यक्षात नसणाऱ्या व्यक्तीलाच (खोटा मी) अहंचा आकार येतो. एखाद्याने प्रशंसा केली, 'वा! तुझे केस किती सुंदर आहेत, काय वेषभूषा आहे... किती सुंदर कांती आहे...' तेव्हा लगेच लक्षात घ्या, सावलीने आपल्याला पकडायला सुरुवात केली आहे... छायाग्रहिणीचे आगमन झाले आहे... त्वरित सावध होऊन हनुमानाप्रमाणे छायाग्रहिणीपासून स्वतःला वाचवा आणि आपल्या लक्ष्याच्या दिशेने अग्रेसर व्हा.

लंकिणीचे गर्वहरण

समुद्र उल्लंघल्यानंतर हनुमान वनामध्ये गेले. क्षणाचीही विश्रांती न घेता शंभर योजने समुद्र पार करूनदेखील त्यांना कोणत्याही प्रकारचा थकवा जाणवत नव्हता. मग त्यांना समोर त्रिकूट पर्वत दिसला. धावतच ते त्या पर्वतावर चढले आणि पर्वताच्या टोकावरून सभोवतालचे दृश्य पाहू लागले. तिथून त्यांना अत्यंत सुंदर, वैभवशाली आणि भव्य अशी लंकानगरी दिसली. लंकानगरीच्या अनुपम सौंदर्यावरून त्यांची नजर ढळतच नव्हती. त्यातच सोन्याने आणि रत्नांनी मढवलेला उंच किल्ल्यासारखा भव्य महाल अधिकच लक्ष वेधून घेत होता. तो महाल रावणाचा होता. लंकेमधील सामान्य घरेदेखील अतुलनीय आणि भव्य होती. त्रिकूट पर्वताच्या टोकावरून हनुमानांनी, एखाद्या उडणाऱ्या हेलिकॉप्टरमधून पृथ्वीला न्याहाळावे तसे, संपूर्ण लंकेचं निरीक्षण केले. लंकेच्या संरक्षणार्थ अत्यंत बलवान असे राक्षस योद्धा तिथे उपस्थित होते. एकंदरीत सगळ्या गोष्टींचा आढावा घेऊनच हनुमान लंकेसमीप गेले आणि तेथे प्रवेश कसा करावा, याची युक्ती शोधू लागले.

शेवटी, हनुमानांनी डासाइतके अत्यंत छोटे रूप धारण करून रात्रीच्या वेळी

लंकेमध्ये प्रवेश करण्याचा निश्चय केला. त्यामुळे त्यांना कुणीही पाहू शकणार नव्हते. लंकानगरीच्या प्रवेशद्वारावर लंकिणी नावाची राक्षशीण पहारा देत होती. पण, तिची नियुक्ती असत्याच्या रक्षणार्थ होती. अत्यंत चतुर आणि धारदार नजरेची अशी ती पहारेकरी होती. तिने हनुमानाला लपूनछपून लंकेमध्ये प्रवेश करताना पाहिले. त्यामुळे ती अतिशय क्रोधित झाली आणि हनुमानाला ललकारू लागली. तिने वारंवार ललकारूनदेखील हनुमान उत्तेजित झाले नाहीत. धैर्यपूर्वक त्यांनी तिचा सामना केला.

हनुमानांनी आपले विशाल रूप धारण केले आणि एका जोरदार बुक्क्याने लंकिणीला बेशुद्ध करून खाली पाडले. थोड्या वेळाने लंकिणी शुद्धीवर आली आणि स्वतःला सावरत म्हणाली, ''हे कपिश्रेष्ठ! ब्रह्मदेवाने मला सांगितलं होतं, ज्या दिवशी एका वानराच्या बुक्क्याने तू व्याकूळ होशील, त्या दिवसापासून लंकेच्या विनाशाचा प्रारंभ होईल. म्हणून तुमच्यासारख्या प्रभुभक्ताच्या दर्शनाची संधी मला मिळाली, हे माझं परमसौभाग्य आहे. त्यामुळे कदाचित माझं कल्याणदेखील होईल.'' असे म्हणून हनुमानाच्या डोक्यावर हात ठेवून ती म्हणाली, ''आपलं स्वागत आहे... आपलं उद्दिष्ट साध्य करा.'' अशा प्रकारे हनुमानाने लंकिणीच्या अहंकाराचा नाश करून तिच्याकडून आशीर्वाद मिळवला.

चरित्रवीर हनुमान

लंकेमध्ये हनुमानांनी प्रवेश केला आणि जागोजागी सीतामातेचा शोध घ्यायला सुरुवात केली. रावणाच्या महालात जाऊन ते सीतामातेला शोधू लागले. एकदा रात्रीची वेळ होती. ते प्रत्येक दालनात डोकावून पाहत होते. पण त्यांना सगळीकडे स्त्रियाच दिसत होत्या. हनुमान स्वतः ब्रह्मचारी असून त्यांचा जन्म वासनारहित आहे. पवनदेवांचे ते मानसपुत्र मानले जातात. असे स्वयं चिर-ब्रह्मचारी हनुमान रावणाच्या लंकेमध्ये सीतामातेचा शोध घेण्यात मग्न होते. लंकापती रावणाच्या महालात त्यांना कित्येक सुंदर स्त्रिया, लावण्यवती राजकन्या दिसल्या. विविध राज्यांतून युद्ध करून रावणाने त्यांना जिंकून आणले होते. अशा आकर्षक स्त्रिया असणाऱ्या महालात हनुमान सीतामातेला शोधत होते. मात्र, या शोधकार्यात त्यांच्या मनाला वासनेचा जराही स्पर्श झाला नाही. हो!... पण, मी काही चुकीचे काम तर करत नाही ना, असा विचार त्यांच्या मनात डोकावून गेला. त्याच विचाराला छेदणारा दुसरा विचारही तत्काळ आला, माझे काम आहे सीतामातेला शोधण्याचे. म्हणून त्यांना तर स्त्रियांमध्येच शोधावे लागणार ना... पुरुषांमध्ये त्या कशा सापडतील? अशा प्रकारे

हनुमानाकडे एक निश्चित, खास ध्येय होते. शिवाय, ठाम लक्ष्य असल्याने त्यांची दिशा आणि मनोवस्थादेखील अविचल होती.

यावरून, हनुमान इंद्रियांवर विजय मिळवलेले असे अनासक्त महान अवतार आहेत; ज्यांचे स्त्रियांच्या कक्षात जाऊनही मनावर पूर्ण नियंत्रण आहे; त्यांची इंद्रिये पूर्णपणे ताब्यात आहेत; ते केवळ आपल्या लक्ष्यावर, रामकार्यावरच ठाम आहेत; त्यांच्या मनात कोणत्याही प्रकारचा विकार नाही; हे लक्षात येते.

असे दिग्विजयी, मजबूत चारित्र्याचे सूचक हनुमान, अत्यंत बिकट परिस्थितीतही आपल्या मनामध्ये कोणत्याही प्रकारचा विकार जागृत होऊ देत नाहीत. अशा प्रकारे विकाररहित मन हा प्रत्येकासाठी एक अमूल्य निधी असून यशाचे ते अचूक अस्त्र आहे. हनुमान या निधीचे अखंड धनी आहेत.

हनुमानाच्या या गुणाच्या आधारे मजबूत नींव नाइन्टी म्हणजे उत्तम चारित्र्याची शिकवण घ्यायला हवी.

चारित्र्य हा असा मापदंड आहे, ज्याच्या आधारावर मनुष्याची ओळख होते. चरित्र बाह्य साजशृंगाराने नाही, तर गुण, ज्ञान आणि स्वयंशिस्त यांनी बनते. याव्यतिरिक्त विश्वसनीयता, लक्ष्याची अथक तृष्णा आणि मनाचे पावित्र्य या गोष्टी नींव नाइन्टी मजबूत करण्यासाठी साहाय्यक बनतात. त्याचे प्रमाण वीर हनुमानाच्या कार्यांद्वारे मिळते.

वीर हनुमानांप्रमाणे सामर्थ्यवान चारित्र्य घडवणारा कोणताही मनुष्य, अंतिम लक्ष्य प्राप्त करण्यासाठी समर्थ ठरतो. अन्यथा, आपल्या ध्येयमार्गात तो मध्येच एखाद्या स्थानावर थांबण्याची शक्यता असते. वाटेतील सुखसुविधांमध्ये अडकून तो आपले लक्ष्य विसरू शकतो. हाच धोका टाळण्यासाठी दमदार नींव नाइन्टी (चरित्र) बनवण्याचे प्रशिक्षण अत्यंत महत्त्वपूर्ण आहे. हीच प्रेरणा आपल्याला हनुमानाच्या चरित्रातून मिळते.

अशा प्रकारे आपल्या मार्गातील सर्वच अडीअडचणी, संकटांवर श्रीरामदूत हनुमानांनी कधी बुद्धिचातुर्याने, कधी आपल्या धैर्याने, तर कधी आत्मसंयमाने विजय प्राप्त केला. जल, थल किंवा आकाशमार्गाने ते जिथे, ज्या उद्देशासाठी पोहोचले, तेथे तो पूर्ण करूनच त्यांनी श्वास घेतला. आकाशात व्यवधान निर्माण करणारी सुरसा, पाण्यामधून आकर्षित करणारी छायाग्रहिणी आणि थल म्हणजेच जमिनीवर विघ्नं निर्माण करणारी लंकिणी या तिघींचीही मनोरथे त्यांच्यासमोर विफल ठरली. अहंकारी लोकांचे गर्वहरण केल्यामुळेच हनुमानांना 'महावीर, महाबली' असे

संबोधले जाते.

या सर्व गोष्टी हनुमानांनी आपल्या स्वामींच्या – श्रीरामांच्या निःस्वार्थ सेवेसाठी केल्या. हनुमानाच्या सेवेचा स्तर गाठणे ही बाब सामान्य मनुष्यासाठी अशक्यप्राय असली तरी एका भक्तासाठी ती कठीण नक्कीच नाही. कारण, हनुमान अनन्यभक्तीचे प्रतीक आहेत. हनुमानांच्या सेवेमधून, स्वार्थरहित सेवेच्या मार्गावर प्रतिकूल शक्तीदेखील अनुकूल कार्य करतात, हे आपल्याला समजते. त्यामुळेच, हनुमानांसाठी शापही वरदान ठरला आणि लंकिणीने हनुमानाला आशीर्वाद दिला.

हनुमानांच्या या गुणावर मनन करून आपल्या समस्त सामर्थ्याचा उपयोग जनहितासाठी करा, हीच या अध्यायाची सर्वात मोठी शिकवण आहे.

हे अंजनीनंदन! भगवान श्रीरामांनी आपली अत्युच्च प्रशंसा केली आणि आपण त्यांच्यासाठी भरतासमान प्रिय आहात, असे सांगितले.

– हनुमान/भक्ती-चालिसा

१०

बुद्धिबळाचा बळी

दया नाही, प्रेम करा

लंकिणीचा आशीर्वाद घेऊन हनुमानाने लंकेमध्ये प्रवेश केला. अत्यंत सूक्ष्म रूप धारण करून, सगळ्यांची नजर चुकवून त्यांनी रावणाच्या महालामध्ये प्रवेश केला. तेथील कोपरान् कोपरा ते धुंडाळू लागले. संपूर्ण महालामध्ये ते सीतेचा शोध घेत होते, पण त्यांना सीता कुठेही दिसली नाही. फिरता-फिरता हनुमानाची दृष्टी एका सुंदर भवनावर पडली. त्या भवनाच्या परिसरात एक मंदिर होते. तिथे तुळशीची थोडीफार रोपेही होती. त्या भवनामधून त्यांना रामनामाची धून ऐकू आली.

लंकेमध्ये रामनामाची धून ऐकून हनुमान अत्यंत आश्चर्यचकित झाले. याचा शोध घेण्यासाठी हनुमान ब्राह्मण वेष धारण करून त्या मंदिरात गेले आणि श्रीरामकथेचे वर्णन करू लागले.... *जिमि दसनन्हिं महुँ जीभ बिचारी*

ती रामकथा ऐकून मंदिरातून एक तेजस्वी पुरुष बाहेर आला. तो रावणाचा छोटा भाऊ बिभीषण होता. लंकानगरीमध्ये रामभक्त पाहून ते आश्चर्यचकित झाले. ते हनुमानाला म्हणाले, ''या पापी नगरीमध्ये रामनाम घेणारे आपण कोण आहात? आपण रामभक्त आहात का? कारण, आपल्याला बघताच क्षणी माझ्या हृदयामध्ये भक्ती आणि प्रेम उचंबळून आलं आहे. माझ्यासारख्या दीन पापीला दर्शन देण्यासाठी आपण साक्षात प्रभू श्रीरामच तर आला नाहीत ना?'' भावविभोर झालेल्या बिभीषणांनी हनुमानाचा हात हातात घेतला आणि त्यांना आपल्या महालात घेऊन गेले. हनुमानांना त्यांचा परिचय विचारला. हनुमानांनी त्यांना आपला परिचय देताना सांगितले, ''मी रामदूत हनुमान आहे. सीतामातेच्या शोधार्थ इथवर आलो

आणि रामनामाची धून ऐकून इथे थांबलो. परंतु या राक्षसनगरीमध्ये रामनाम घेणारे आपण कोण आहात?''

बिभीषणाने आपला परिचय देताना सांगितले, 'मी त्रैलोक्यविजेता रावणाचा छोटा भाऊ बिभीषण आहे.'' हे ऐकून हनुमानाला अतिशय आश्चर्य वाटले. ते बिभीषणाला म्हणाले, ''असुरांनी भरलेल्या या लंकेमध्ये आपल्यासारखा रामभक्त कसा बरं जीवन निर्वाह करत आहे?''

''बत्तीस दातांच्या राज्यामध्ये जशी एक जिव्हा असते, अगदी तसाच मीदेखील इथे राहत आहे.'' आपली लाचारी लपवत बिभीषण म्हणाले.

बिभीषणाच्या या उत्तरावर हनुमानांना खूप आनंद झाला. ते पाहून बिभीषण म्हणाले, ''आपण तर माझं बोलणं ऐकून हर्षित झाला आहात. पण, कोणत्या क्षणी मी दातांच्या तावडीत सापडेन, हे मलाच ठाऊक नाही. याच भीतीने मी रोज जगत आहे.''

बिभीषणाच्या या कथनावर हनुमान त्यांना म्हणाले, ''आपण जिभेसारखेच संत प्रकृतीचे आहात. ज्या दातांच्या मदतीसाठी ती तयार असते, तेच जिभेला चावण्याची संधी शोधतात. दातांमध्ये काही अडकलं तर जिव्हा ज्या पद्धतीने ते काढण्याचा प्रयत्न करते, त्याचप्रमाणे आपणदेखील आपल्या राक्षसी प्रवृत्तीच्या भावंडांच्या मदतीसाठी तत्पर राहता.'' अशा प्रकारे हनुमानाने आपल्या सात्त्विक बुद्धिबळाने बिभीषणाचे हृदय जिंकले.

या प्रसंगात हनुमानांनी सर्वप्रथम बिभीषणाचा विश्वास जिंकला, ज्यायोगे त्यांना बिभीषणाची मदत मिळाली. त्यानंतर त्यांनी मोकळेपणाने आपले म्हणणे बिभीषणासमोर मांडले. मग हनुमानांनीही आपले मूळ रूप धारण केले आणि पुढील संभाषणात त्यांनी बिभीषणाला भक्तीचे मर्म समजावले.

अत्यंत अनोख्या अंदाजामध्ये त्यांनी बिभीषणाकडून मनन करवून घेतले. ''भक्ती तर तुमच्याकडे कैद आहे आणि तुम्ही भक्त बनून फिरत आहात. नाव श्रीरामांचं घेता, पण काम श्रीरामांचं करत नाही.'' अशा प्रकारे हनुमानांनी बिभीषणाचे मूल्यांकन करून, त्यांना चेतवण्याचा – जागृत करण्याचा प्रयत्नही केला.

त्या वेळी बिभीषण हनुमानांना म्हणाले, ''माझं शरीर आणि संस्कार राक्षसी वृत्तीचे आहेत. त्यामुळे मी कोणतीही सेवासाधना करू शकत नाही आणि आपल्यासमान माझी भक्तीदेखील बलशाली नाही. माझ्यावर प्रभुकृपा घडावी अशी माझी लायकीही नाही. तरीदेखील माझ्यावर श्रीरामकृपा घडली आणि

आपल्यासारख्या संतांचा सत्संग या पापी नगरीमध्ये मला लाभला.''

बिभीषणांचे कळकळीचे बोलणे ऐकून हनुमानांच्या डोळ्यांतून प्रेमाश्रू वाहू लागले. ते बिभीषणांना म्हणाले, ''श्रीरामांचं तर आपल्या दासावर प्रेम आहे, हे ठाऊक असूनही आपल्या स्वामींना विसरून जे विषयांच्या मागे धावतात, ते दुःखी तर राहणारच.''

अशा प्रकारे बिभीषणांसमोर प्रभु श्रीरामांचे गुणगान गाताना हनुमानांनी असीम शांतता अनुभवली. त्यांच्या सत्य प्रेमाने बिभीषण अत्यंत प्रभावित झाले. शिवाय, त्यांनी हनुमानांना सर्वतोपरी मदत करण्याचे वचनही दिले.

एका पुराणकथेनुसार, बिभीषण हे गतजन्मामध्ये भक्त प्रल्हाद होते. त्याच्या भक्तीमध्ये सतत अडसर बनणारा प्रल्हादाचा पिता हिरण्यकश्यपू यानेच रावणाच्या रूपात जन्म घेतला होता. मात्र, या जन्मामध्ये रावणाने आपल्या भावाला भक्ती करण्यापासून अडवले नाही. तर, बिभीषणाच्या सांगण्यानुसार त्याने एक मंदिर बनवले. तिथेच बिभीषण ईश्वरभक्तीमध्ये रममाण होऊन शांततापूर्वक राहत होता.

भक्ती केवळ सत्र नसून क्रिया आहे

हनुमानाला बिभीषणाच्या भक्तीत कमतरता जाणवल्याने बिभीषणाच्या भक्तीवर योग्य टीका करताना ते म्हणाले, ''आपली भक्ती तर केवळ सकाळच्या पूजापाठाच्या वेळीच दिसते. आपली भक्ती म्हणजे केवळ भक्तीचं एक सत्र मात्र आहे, जिथे कोणतीही कृती, कोणतंही कर्म नाही.'' हनुमानांना या उपरोधिक टीकेतून बिभीषणाची चेतना जागृत करायची होती, त्यांना प्रेरित करायचे होते.

शिवाय, त्यांनी बिभीषणाला ही जाणीव करून दिली, की ''आपण पहाटे तर ईश्वराच्या भक्तीत लीन असता हे चांगलंच आहे. समस्त लंकेमध्ये मात्र दिवसभर राक्षसी प्रवृत्तींचा, दुष्कर्मांचा, दुराचारांचाच बोलबाला असतो. मग, अशा वातावरणात राहून आपण आपली साधना एकतानतेने कशी करू शकता? आपण तर पहाटे अखंड भक्तीमध्ये तल्लीन असता. पण उरलेल्या वेळात लंकेसारख्या नगरीत आपली वर्तणूक ही भक्तीला अनुरूप कशी असणार? त्यामुळे अशा भक्तीचा लाभ तो काय?''

हनुमंताचे बोलणे ऐकून निरुत्तरित झालेले बिभीषण आणखीच दुःखी होऊन अत्यंत व्यथित अंतःकरणाने हनुमानाला म्हणाले, ''हो, या सगळ्या अडचणी तर आहेतच. या सगळ्या चुका माझ्याकडून घडल्या आहेत खऱ्या. पण मग श्रीराम

आता माझा स्वीकार करणार नाहीत का? माझ्यावर ते कृपाळू होणार नाहीत का?'' यावर हनुमान बिभिषणाला म्हणाले, ''प्रभू राम दया करत नाहीत, प्रीती करतात. हीच रघुकुलाची रीत आहे. श्रीराम तर आम्हा वानरांवरदेखील प्रेम करतात. मात्र, आपण तर वानरांपेक्षा कित्येक पटींनी महान आहात.''

हनुमानाचा उपदेश बिभीषणांना मनापासून पटला आणि भक्तिसत्रातून बाहेर पडण्यासाठी त्यांनी आवश्यक ती पावले उचलली. बिभीषणांनी विशाल लंकानगरीमध्ये सीतेचा योग्य तो ठावठिकाणा हनुमानांना सांगितला. 'अशोक वाटिकेमध्ये अशोक वृक्षाखाली सीता विराजमान असून काही राक्षसींचा अखंड पहारा त्यांच्याभोवती आहे.''

अशा प्रकारे लंकेमध्ये प्रवेश करताच हनुमानांनी आपल्या शुभभावनेने आणि सात्त्विक बुद्धिबळाच्या जोरावर बिभीषणाला आपल्या बाजूला केले. त्यांची ही कृती म्हणजे जणू सत्यनीतीच्या परम कौशल्याचे प्रतीकच आहे. शत्रूच्या भूमीवर, शत्रूच्या गोटात शिरून, त्याच्या अत्यंत महत्त्वाच्या आणि सामर्थ्यवान सेनापतीला शोधून काढणे हे समजेच्या प्रगल्भतेचे द्योतकही आहे. असे हे महाकठीण कार्य हनुमानांनी लीलया पार पाडले. बिभीषणाच्या मदतीमुळेच त्यांना सीतेचा ठावठिकाणा सहजतेने लागला. त्याचबरोबर बिभीषणांनी हनुमानांकडून भक्तीची योग्य व्याख्याही जाणून घेतली.

बिभीषणाने जशी हनुमानांकडून भक्तीची शिकवण मिळवली, तशीच आपणही हनुमानांकडून भक्तीची योग्य समज मिळवायला हवी. आपल्या भक्तीची प्रेरणादायक तुलना मारुतीच्या भक्तीशी करा. मारुत म्हणजे हवा किंवा पवन, मारुती म्हणजे मारुताचा पुत्र. मारुतीच्या भक्तीच्या अनुकरणातूनच सगळ्या चुकीच्या वृत्ती, कुसंस्कार, धारणा, कामना, अपेक्षा आणि वासना नष्ट होतील.

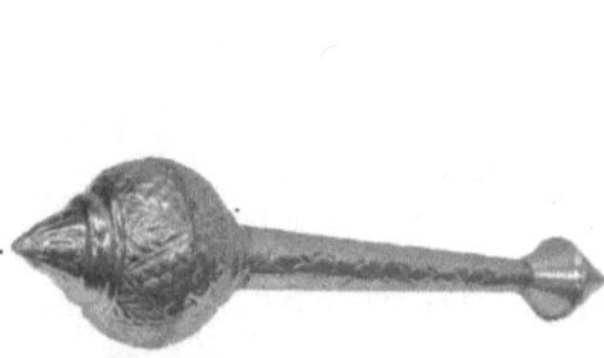

'हजारो मुखांनी तुमचं यशगान करावं', असे म्हणून श्रीरामचंद्रांनी आपल्याला हृदयाशी कवटाळले.

- हनुमान/भक्ती-चालिसा

११

श्रीरामाला शरण बिभीषण

परीक्षेच्या काळात संतुलन

हनुमानांनी लंकेमध्ये बिभीषणासोबत वार्तालाप करून त्यांना मार्गदर्शन केले. अत्यंत विनयपूर्वक त्यांनी बिभीषणाला समजवण्याचा प्रयत्न केला. परिणामी, बिभीषण खऱ्या अर्थाने भक्त बनले. सीतामातेच्या शोधातही त्यांनी हनुमानाची मदत केली.

हनुमानांच्या संवादाची धाटणीच अशी आहे, ज्यामुळे समोरच्या माणसाला आपल्यामध्ये भक्तिभावनेची ज्योत कशी प्रज्ज्वलित करावी, सत्यमार्गावर कसे अग्रेसर व्हावे, हे आपोआपच समजते. समोरच्या मनुष्याच्या मनात भक्तिभावना जागृत व्हावी हीच भावना सदैव हनुमानाची असते. आपल्या भाषणशैलीने त्यांनी बिभीषणाला योग्य प्रकारे समजावले, ''श्रीरामांना शरण जाऊन, त्यांच्या भक्तीमध्ये लीन होणं हाच तुमच्यासमोरचा एकमेव मार्ग आहे.'' त्यानंतर श्रीरामच आपल्याला वाचवतील, आपले रक्षण करतील, याची खातरी बिभीषणांना हनुमानाच्या बोलण्यावरून पटली.

अशा प्रकारे, भगवंताला केवळ भक्तीचे नाते समजते, हे ज्ञान हनुमानाने बिभीषणाला दिले. या भावनेच्या आधारावरच हनुमानांनी बिभीषणाला श्रीराम-परायण होण्याचा उपदेश देताना सांगितले, 'श्रीरामांना शरण जा आणि सगळ्या भवतापांपासून मुक्ती मिळवा.'

श्रीराम, बिभीषणांना अवश्य अभय देतील असे आश्वासन देऊन हनुमानाने त्यांना रघुकुलाची रीत सांगितली. त्यावर संपूर्ण विश्वास ठेवून बिभीषणांनी त्यानुसार आचरण केले. इथे बिभीषणाची टेस्टिंग (परीक्षा)देखील झाली. रावणाने ज्या वेळी

त्यांना हाकलून दिलं, त्या वेळी ते श्रीरामांना शरण गेले. म्हणून टेस्टिंगचे टेस्टी फळदेखील त्यांना मिळाले.

प्रल्हादाची टेस्टिंग यापेक्षाही मोठी होती. परंतु ते आपल्या 'भक्तिसत्रा'मधून, भक्तिसेशनमधून बाहेरच आले नाहीत. हिरण्यकश्यपूने त्यांच्यावर खूप अत्याचार केले. विविध प्रकारे त्याचा विनाश करण्याचा प्रयत्नही केला. परंतु आपल्या भक्तिसत्रामध्ये राहूनच प्रल्हाद प्रत्येक परीक्षा उत्तीर्ण झाले. शिवाय, टेस्टिंगचे टेस्टी फळही त्यांना मिळाले. ते 'भक्तशिरोमणी' बनले. अन्यथा टेस्टिंगच्या भीतीने भक्त आपल्या भक्तिसत्रामधून बाहेर पडला तर त्याचे फळ त्याला कसे मिळेल बरं? तो तर कधीच पुढे जाऊ शकणार नाही.

बिभीषणांची बुद्धी सात्त्विक असल्याने त्यांना हनुमानाचे म्हणणे पटले. रावणालादेखील हनुमानाने गुरुमंत्र दिला होता, 'श्रीरामांना शरण जा. तुझे सगळे अक्षम्य अपराधही ते क्षमा करतील.' परंतु रावण दुर्दैवी ठरला. हा गुरुमंत्र त्याच्या पचनी पडला नाही. हनुमानाच्या अंत:स्थित असणारा मित्र-सल्लागार आणि गुरू रावणाला ओळखता आला नाही. रावणाच्या समजेनुसार मारुती हा केवळ एक सामान्य वानरच होता. त्याच्या या अहंकारी समजुतीचा परिणाम अखेर काय घडला हे आपल्या सर्वांनाच ठाऊक आहे... रावणाचा सर्वनाश!

खरा मित्र हनुमान

एक आज्ञापालक, कर्तव्यनिष्ठ व्यवस्थापक (एक्झिक्युटिव्ह) या भूमिकेसह हनुमानाने एका चांगल्या आणि खऱ्या मित्राची, त्याचप्रमाणे सल्लागाराची भूमिकाही योग्य प्रकारे बजावली. ही बाब बिभीषणाच्या उदाहरणातून स्पष्ट होते. बिभीषण जेव्हा लंकेमधून रावणाचा पक्ष सोडून श्रीरामांच्या पक्षात सामील होण्यासाठी गेले, तेव्हा त्यांना द्वारावरच अडवले गेले. मग श्रीरामांकडे, 'रावणाचा भाऊ बिभीषण आपल्याला शरण आला आहे' ही वार्ता पाठवली. रावणासारख्या मायावी शत्रूकडून येणाऱ्या व्यक्तीवर शंका येणे, तसे स्वाभाविकच होते. बिभीषणांना भेटण्यापूर्वी श्रीरामांनी आपल्या सगळ्या म्हणजेच सुग्रीव, जांबुवंत, लक्ष्मण, हनुमान इत्यादी सल्लागारांकडून, पुढे काय करावे याविषयी सल्ला घेतला होता. पण सगळ्याच सल्लागारांना बिभीषणाच्या हेतूविषयी शंका होती. त्यामुळे त्यांनी बिभीषणाला रामाच्या पक्षात घेण्यास विरोध केला. हनुमानांनी मात्र या सर्वांपेक्षा वेगळा सल्ला दिला. ते म्हणाले, ''ज्या परिस्थितीत बिभीषण रावणाकडून अपमानित होऊन आले, ते वास्तव आहे. त्यात खोटं असं काहीच नाही. त्यांना आपल्या पक्षामध्ये

घेऊन खरंतर आपला लाभच होणार आहे. शिवाय, त्यांच्याकडून आपल्याला लंकेतील कित्येक भेददेखील जाणता येतील.'' त्यानंतर हनुमानांच्या सल्ल्यानुसार श्रीरामांनी तत्परतेने बिभीषणांना आश्रय दिला. कारण, शरण येणाऱ्या व्यक्तीला श्रीराम कधीही दूर लोटत नाहीत, हे त्यांच्या छवीनुसार घडणारे आचरण आहे, असे सांगितले. अशा प्रकारे हनुमानाने बिभीषणाशी असलेली आपली मैत्री योग्य प्रकारे निभावली.

बिभीषणाप्रमाणेच सुग्रीवासोबतही त्यांनी आपली खरी मैत्री निभावली. इतकेच नव्हे, तर सूर्यदेवाला दिलेल्या वचनाप्रमाणे केवळ सुग्रीवाला मदतच केली नाही; तर त्यांचे मंत्री बनून ते त्यांच्यासोबत राहिले. हनुमान सदैव सुग्रीवासोबत राहिले आणि त्यांच्या सुखसोयींची काळजी घेतली. सुग्रीवाला योग्य सल्ला आणि धीर दिला. हनुमानांवरील दृढ विश्वासामुळेच सुग्रीव समस्येमध्येदेखील खूश होते. हनुमान आणि सुग्रीव यांच्या मैत्रीची तुलना ही अग्नी आणि वायूसोबत करता येईल. सुग्रीव हनुमानांना मैत्रीव्यतिरिक्त आपला प्रिय आणि सख्खा भाऊदेखील समजत. सुग्रीवाच्या राज्यात हनुमानांना विशेष मान होता. वालीच्या वधानंतर त्याच्या पत्नीच्या सांत्वनार्थदेखील त्यांनी हनुमानालाच पाठवले होते.

मानवी भावभावना, आर्यनीती किंवा राजकीय जटिल समस्या... मात्र, समस्या कोणतीही असली तरी हनुमान ती अतिशय कौशल्याने, चातुर्याने सोडवत. वालीच्या वधानंतर त्याचा पुत्र अंगदच्या मनात शत्रुत्वाची भावना होती. त्याला राज्याचे दोन हिस्से करायचे होते. त्या प्रसंगातही हनुमानाने आपल्या बुद्धिप्रतिभेचे दर्शन घडवले. त्यांनी अंगदला अशा प्रकारे समजावले, की तो केवळ राज्य सोडण्यासाठीच तयार झाला नाही, तर सुग्रीवाच्या सेनेचा निष्ठावान योद्धादेखील बनला. अशा प्रकारे लोकांच्या विचारांना योग्य दिशा देण्याचे सामर्थ्य हनुमानांमध्ये होते.

रामकथेच्या एकेक घटना आणि त्यामध्ये हनुमानाची महत्त्वपूर्ण भूमिका यामुळे त्यांची 'परिणाम निष्पादकता' अर्थात नियमानुसार काम करण्याची किंवा 'फलोन्मुख' कार्यकुशलता सिद्ध होते. यामध्ये प्रकर्षाने लक्षात ठेवण्यासारखी बाब म्हणजे, ते सगळी कामे प्रभू श्रीराम यांच्यासाठीच करत. शिवाय, आपल्या कार्याच्या साफल्यालाही ते श्रीरामाचीच कृपा समजत. याला म्हणतात, खरी स्वामी भक्ती, खरी निष्ठा!

केवळ 'राम-राम' जपल्याने काहीही साध्य होणार नाही. श्रीरामांचे दास्यत्व स्वीकारण्याची खरोखरच आपली इच्छा असेल तर हनुमानांप्रमाणे आत्मबली,

मनोबली, बुद्धिबली आणि बाहुबली बनण्याचा प्रयत्न करावा लागेल. शिवाय, आपली कर्मे निष्ठापूर्वक पूर्ण करावी लागतील. आपल्याला भक्ताबरोबरच खरा कर्मयोगीदेखील बनावे लागेल. तेव्हाच आपले जीवन सार्थकी लागेल.

आपल्याला शरण येणाऱ्या मनुष्याला सगळी सुखे प्राप्त होतात आणि त्यांना कोणत्याही प्रकारचे भय राहत नाही.

- हनुमान/भक्ती-चालिसा

१२

उच्च चेतनेचे धारक
मानसशास्त्री हनुमान

रामांनी ज्या विश्वासाने हनुमानांवर सीतेच्या शोधाचे कार्य सोपवले, तितक्याच मुत्सद्दीपणाने हनुमानांनी ते पूर्णदेखील केले.

बिभीषणाकडून सर्व माहिती घेऊन हनुमान सगळ्यांपासून लपूनछपून अशोक वाटिका नावाच्या सुंदर बगिच्यात पोहोचले. तेथे जाऊन सीतेला भेटण्याचा मार्ग ते शोधू लागले. शेवटी त्यांनी लघुरूप धारण केले आणि अत्यंत सावधानतेने एका घनदाट वृक्षामध्ये लपून बसले. तिथूनच आपली तीक्ष्ण नजर त्यांनी चारही दिशांना फिरवली. पाहता-पाहता त्यांना अशोक वृक्षाखाली बसलेली एक खिन्न, दुःखी स्त्री दिसली. तिच्या चेहऱ्यावरचे दुःख स्पष्टपणे दिसत होते.

श्रीरामांनी वर्णन केलेली रूपरेखा पाहून, याच सीतामाता असल्याची खातरी हनुमानांना पटली. सीतेची अशी दयनीय अवस्था पाहून हनुमानांचे हृदय वेदनेने पिळवटले. सीतामातेशी कसे बोलावे आणि त्यांना आपला परिचय कसा द्यावा, याचा विचार ते करू लागले. तितक्यात उंची कपडे-दागिने घातलेला रावण आपल्या राण्या आणि लवाजम्यासह तिथे पोहोचला.

अहंकाराने उन्मत्त असलेल्या रावणाने सीतेला धमकावले आणि आपल्या कह्यात घेण्यासाठी लालूचही दाखवली. हे सगळे हनुमान बघत होते. मात्र, रावणाने वेगवेगळ्या क्लृप्त्या वापरूनही सीतेवर त्याचा काही परिणाम झाला नाही. शेवटी, क्रोधित झालेल्या रावणाने सीतेला धमकी दिली, 'तो राम-लक्ष्मणाचा वध करून त्यांची मृत शरीरं सीतेसमोर टाकल्यानंतरच शांत होईल.' तिथून जाताना

रावणाने पहाऱ्यावर असलेल्या राक्षशिणींना, 'सीतेचा प्रचंड छळ करा आणि माझं ऐकण्यासाठी तिला तयार करा' अशी सूचना दिली.

त्यांनी रावणाच्या आदेशाचे तंतोतंत पालन केले. या सर्व गोष्टींचे निरीक्षण सूक्ष्म रूप धारण केलेले हनुमान झाडावरून करत होते. परंतु तिथे एक वृद्ध आणि समजूतदार अशी एक राक्षशीण होती, जी या छळापासून सीतेचा बचाव करत होती. ही बाब हनुमंतांनी हेरली. तिचे नाव होते त्रिजटा. त्रिजटा इतर राक्षशिणींना म्हणाली, "काल रात्रीच मला एक स्वप्न पडलं, एका वानराने संपूर्ण लंका जाळून उद्ध्वस्त केली. सीतापती श्रीरामांनी रावणाचा वध केला आणि सीतेला छळणाऱ्या सगळ्या राक्षसांना ठार मारलं. रावणाचा भाऊ बिभीषणाव्यतिरिक्त संपूर्ण रावण कुळाचा विनाश झाला. बिभीषण लंकाधिपती बनले. सर्वत्र श्रीरामांच्या नावाचाच जयजयकार होत होता. माझ्यावर विश्वास ठेवा, काही दिवसांनंतर हे स्वप्न निश्चितच प्रत्यक्षात उतरणार आहे. तुम्ही जर सीतेचा छळ केला तर तुम्हां सगळ्यांचा अंत अत्यंत वाईट होणार आहे." हे ऐकल्यानंतर सर्व राक्षशिणींनी सीतेचा छळ थांबवला आणि त्या तिथून निघून गेल्या.

हनुमानांकडे बुद्धिबळ आणि प्रज्ञाशक्ती तर होतीच; शिवाय, त्यांना मानसशास्त्राचीही योग्य समज होती. त्यांनी आपल्या बुद्धीचा सुयोग्य उपयोग केला आणि परिस्थिती निवळताना पाहून विचार केला, असे काय करायला हवे, ज्यायोगे मी प्रकट झाल्यानंतर सीतामातेला शंका किंवा भीती न वाटता त्या निःशंक मनाने श्रीरामांचा संदेश ग्रहण करतील. हनुमान अत्यंत बुद्धिमान असल्याने सीतेसमोर सरळ प्रकट होण्याचा धोका त्यांनी हेरला. त्यामुळे माता घाबरण्याची आणि हनुमंताला एखादी मायावी शक्ती समजण्याचीच दाट शक्यता होती. कारण, अद्यापही त्या तशाच भयभीत आणि शंकाग्रस्त होत्या. त्यामुळे त्यांच्यासमोर सरळ जाऊन उभे राहणे योग्य ठरणार नाही, असा उचित विचार हनुमानाने या वेळी केला.

हनुमानांनी आपले दूरदर्शित्व आणि मानसशास्त्रीय कौशल्य दाखवून सर्वप्रथम श्रीरामांनी दिलेली अंगठी त्यांनी झाडावरून खाली, सीतेजवळ टाकली. ती अंगठी पाहताच सीतेला ओळख पटली. अंगठी दिसताच जणू ईश्वरप्राप्ती घडल्यासारखी ती प्रसन्न झाली. पण, श्रीरामांची अंगठी इथे कशी? हेदेखील रावणाचेच एखादे मायावी कृत्य तर नाही ना... असा संशय सीतेच्या मनात निर्माण झाला. तितक्यात झाडावर बसलेल्या हनुमानांनी रामकथेच्या वर्णनाला आरंभ केला. रघुकुलाच्या वर्णनासह रामांच्या आयुष्यातील आतापर्यंत घडलेल्या सर्व घटना हनुमानांनी गानरूपात

व्यक्त केल्या. त्या वेळी सीता केवळ आवाज ऐकत होती. मात्र, तिला आजुबाजूला कुणीही दिसत नव्हते. हनुमानांच्या स्वरातील पवित्र रामगाथा ऐकता-ऐकता सीतेची चेतना वाढत गेली आणि हळूहळू तिचा शोक, दुःखदेखील कमी झाले.

हनुमानाच्या या वागण्याचा आशयच असा आहे, की एखाद्याला काही सांगायचे असेल तर सर्वप्रथम त्याच्या चेतनेचा स्तर आवश्यकतेनुरूप उंचवायला हवा. त्यांचे हे वागणे मानसशास्त्रीय बुद्धिमत्तेचे द्योतक आहे. ते जर थेट सीतेसमोर प्रकट झाले असते तर कदाचित सीतेने मायावी समजून त्यांच्याकडे दुर्लक्ष केले असते. किंबहुना, त्यांच्या वानररूपाला रावणाचीच चाल समजली असती. त्यामुळे श्रीरामांनी दिलेली अंगठी सीतेजवळ टाकून, रामकथा ऐकवून हनुमानाने सर्वप्रथम तिच्या चेतनेचा स्तर वाढवला. परिणामी, ती ग्रहणशील बनली. अशा प्रकारे हनुमानांनी आपल्या मानसशास्त्रीय ज्ञानाचा उपयोग इथे केला.

रामगाथा ऐकताना हे सत्य आहे, की केवळ भास, असा विचार क्षणभर सीतेच्या मनात डोकावला. मग ती प्रकटपणे म्हणाली, ''ज्यांनी माझ्या कानांना अमृतासमान प्रिय वाटणारी वचनं ऐकवून तृप्त केलं, त्या प्रियभाषी महाभागाने कृपया माझ्या समोर प्रकट व्हावं.''

हे ऐकून हनुमान सीतामातेसमोर अत्यंत विनयपूर्वक प्रकटले आणि हात जोडून त्यांना प्रणाम केला. अकस्मात एका वानराला आपल्यासमोर उभे पाहून सीतेच्या मनात पुन्हा शंका उद्‌भवली, हे सगळं रावणाचं कपट तर नाही ना! मग थोडा वेळ ती तशीच मान खाली घालून बसली. पण हळूहळू सीतेचा हनुमानावरील विश्वास वाढल्याने तिने त्यांच्याशी संवाद साधला.

सीतेच्या प्रश्नांना उत्तरे देताना हनुमानाने वानरराज सुग्रीव आणि भगवान श्रीरामांच्या मैत्रीची कथा सीतामातेला विस्ताराने ऐकवली. त्याचबरोबर आपला लंकेपर्यंतचा संपूर्ण प्रवासही कथन केला. शिवाय, श्रीराम-लक्ष्मणांच्या शरीरावरील खुणा आणि त्यांच्या गुणांचे, स्वभावाचे वर्णनही त्यांनी केले. हे सर्व ऐकल्यानंतर सीतेचा हनुमानावरील विश्वास वाढला, त्यांच्या सगळ्या शंकादेखील दूर झाल्या.

त्यानंतर सीतेने हनुमानाला विचारले, 'श्रीरामांनी माझ्यासाठी कोणता संदेश पाठवला आहे?' मग रामांनी सीतेसाठी ज्या शब्दांमध्ये संदेश द्यायला सांगितला होता, तेच अचूक शब्द वापरून हनुमानाने श्रीरामांचा संदेश सीतामातेला दिला. अशा प्रकारे हनुमानानी एका प्रकारे सीतेला रामाचे 'पत्र'च वाचून दाखवले. हा संदर्भ म्हणजे जणू हनुमानाच्या तीव्र स्मरणशक्तीचे द्योतकच!

सीता, हनुमानाचे संपूर्ण बोलणे लक्षपूर्वक ऐकत होती. त्यांना श्रीरामांच्या सामर्थ्यावर पूर्ण विश्वास होता. पण हनुमानाकडे पाहून पुन्हा त्यांच्या शंका डोके वर काढू लागल्या. त्यांच्या मनात आले, कुठे हा सामान्य वानर आणि कुठे रावणाचे महाबली, विकराळ राक्षस योद्धे... अशी क्षुद्र वानरे तर त्या राक्षसांचे भोजन आहेत... श्रीराम आणि लक्ष्मण अशा साधारण वानरांच्या सेनेसोबत महाशक्तिशाली आणि मायावी रावणाचा पराभव करतील?

मग सीतेने हनुमानाला विचारले, ''सगळी वानरं तर तुझ्यासारखीच सामान्य असणार! पण राक्षसगण तर अत्यंत विकराळ आणि भयंकर आहेत. मग तुम्ही त्यांचा सामना कसा करणार?'' हे ऐकल्यावर हनुमानाने आपले पर्वताकार रूप धारण केले. ते बघितल्यावर मात्र सीतेच्या मनात हनुमान आणि अन्य वानरांविषयी निर्माण झालेल्या शंकेचे निरसन झाले.

आता हनुमानाने सीतेला धीर दिला, ''माते! श्रीराम आपल्याला सोडवण्यासाठी अल्पावधीतच येणार आहेत. त्यानंतर आपले सगळे कष्ट, दुःख संपणार हे निश्चित!'' अशा प्रकारे श्रीरामांकडून रावणाचा अंत होईपर्यंतचा काळ सीतेने शांततापूर्वक व्यतीत करावा यासाठी हनुमानाने सीतेला धीर दिला.

हनुमानाच्या प्रत्येक कार्यामागे एक विधायक, रचनात्मक विचार होता. त्यांची बुद्धी सदैव सकारात्मक होती. असे बुद्धिबळ, असा विचार, आपल्यालादेखील प्राप्त व्हावा, जो बुद्धिसाधनेत साधक बनावा, बाधक नाही.

आपणही हनुमानांना अशा परोपकारी, रचनात्मक बुद्धीचे वरदान मागायला हवे; जेणेकरून इतरांची दुःखे दूर करण्यासाठी ते साहाय्यक ठरेल. असे वरदान इतरांच्या सत्कार्यामध्ये येणारी विघ्ने दूर करण्यासाठी सक्षम असेल, जे त्याग आणि बलिदानाच्या कार्यात मदत करेल. कर्माने ओतप्रोत, चापल्ययुक्त शक्ती, असे बळ प्राप्त करण्याची तीव्र इच्छा जागृत होणे हीच शुभ इच्छा आहे.

यम, कुबेर, दिक्पाल, कवि आणि विद्वान – यांपैकी कुणीही आपल्या यशाचे यथोचित वर्णन करू शकत नाही.

– हनुमान/भक्ती-चालिसा

खंड ३

लंका-कांड : कुशलतेची ओळख

१३

पूर्वनियोजित दिव्य कार्ययोजना

लंका-कांड : भाग १

सोन्याच्या लंकानगरीत आपल्या अपूर्व कार्ययोजनेच्या आधारे हनुमानांचा सर्वतोपरी विजय झाला. लंकेमध्ये जे काही घडले, त्याची संपूर्ण रणनीती मूलतः हनुमानांनीच आखली होती. योजनेनुसार त्यांनी सीतेला आज्ञा मागितली, ''हे माता! खूप भूक लागली आहे. आपली आज्ञा असेल तर भुकेचं शमन करण्यासाठी मी काही फळं खाऊ का?'' हा प्रश्न हनुमानांनी भुकेपोटी विचारला होता, असे नव्हे; तर पुढील योजना कार्यान्वित करण्यासाठी आखलेल्या रणनीतीचाच तो एक भाग होता.

इथे लक्षात घेण्यासारखी बाब म्हणजे, सामान्यतः कोणताही मनुष्य आपल्या विशालकाय शरीराचे किंवा शक्तीचे प्रदर्शन समोरच्या माणसाला घाबरवण्यासाठी करतो. कुणी अहंकार दाखवण्यासाठी तर कुणी 'मी किती ताकदवान आहे' हे समोरच्याला दाखवून त्याची प्रशंसा मिळवण्यासाठी करतो. पण इथे वस्तुस्थिती वेगळीच होती. इथे शोकमग्न सीतेचे दुःख दूर करून तिला धीर देण्यासाठी हनुमानाने विशाल रूप धारण केले. लघुरूपापासून विशालकाय बनणे आणि विशालकायेपासून अत्यंत सूक्ष्म रूप धारण करणे, हादेखील हनुमानाच्या रणनीतीचाच एक भाग होता.

चांगली मनोभावना प्रकट करण्यासाठी कधीकधी बाह्यात्कारी अहंकार दर्शवणाऱ्या युक्त्या लढवाव्या लागतात. जसे, प्रस्तुत प्रसंगामध्ये हनुमान लघुरूप सोडून विशालकाय बनले. यामध्ये गैर असे काहीही नव्हते. हनुमान खरोखरच विश्वसनीय, ताकदवान असून, श्रीरामांचे सगळे साथीदार, मित्रही शक्तिशाली आहेत. तेव्हा, ते निश्चितच श्रीरामांना साथ देऊन रावणाचा पराभव करून लंकेवर

विजय मिळवतील, याची खातरी सीतेला पटावी म्हणून त्यांनी ही कृती केली.

कोणत्याही कार्यसिद्धीसाठी 'भावना' महत्त्वाची ठरते. कार्य संपन्नतेसाठी अंगीकारलेल्या पद्धती किंवा साधने ही थोडी निम्न स्तराची वाटत असली तरीही त्यात अनुचित असे काही नाही. कारण तिथे भावना शुद्ध असते. त्यामुळे त्याचे फळ चुकीचे कसे मिळणार! कर्म करताना त्यामागची भावना काय आहे, हे समजून घेण्याची आवश्यकता असते. हीच समज हनुमानाच्या या कार्यातून मिळते. वैयक्तिक स्वार्थासाठी केलेले कार्य निश्चितच चुकीचे असते. कारण त्यामुळे अहंकाराला खतपाणी मिळते आणि सत्य मार्गाच्या यात्रेत मनुष्य मागे पडतो.

इथे हनुमानाने विशाल रूप दाखवण्याचे इंटेन्शन (भावना) आहे, सीतेचे टेन्शन दूर करणे. तिथे आपल्या अहंकाराचे प्रकटीकरण, आपली प्रशंसा ऐकणे ही मनोभावना नाही. श्रीरामांनी लंकेमध्ये येऊन सीतेची सुटका करण्यापर्यंतचा कालावधी, तिने शांततापूर्वक व्यतीत करावा याच उद्देशाने हनुमानांनी आपले विशाल रूप दाखवले.

दुसऱ्या प्रसंगात सीतामाता शांत आहेत, ही वार्ता श्रीरामांना दिल्यानंतर तेदेखील थोडे आश्वस्त होतील, हाही या कार्ययोजनेचाच एक भाग होता. श्रीरामांची प्रसन्नता, त्यांची ही इच्छा हनुमानांसाठी सर्वोच्च होती. हा उद्देश समोर ठेवूनच हनुमानांनी सगळे निर्णय घेतले. त्यांनी फळे खाल्ली, राक्षसांना मारले, अशोक वाटिका उद्ध्वस्त केली. हे सर्व सुरू असताना, 'एक वानर वाटिकेमध्ये घुसून तोडफोड करत आहे. फळे कमी खात आहे. पण नासधूसच जास्त करत आहे. इतकंच नाही, तर झाडेही उखडत आहे,' अशी वार्ता रावणाच्या कानावर तत्काळ जाऊन पोहोचली. हीदेखील हनुमानाचीच कार्ययोजना होती, याचा अंदाज मात्र कुणालाही नव्हता.

बंधक हनुमान

हनुमानाला काबूत आणण्यासाठी लंकानगरीतील मोठमोठ्या योद्ध्यांना पाठवले गेले. पण त्यांनाही हनुमानांनी मृत्युलोकाचाच मार्ग दाखवला. पाच सेनानायक आले, पण त्यांनादेखील हनुमंतांनी ठार मारले. मग रावणाच्या छोट्या पुत्राने– अक्षयकुमारने, 'असं करेन... तसं करेन... मी तर त्या वानराला क्षणार्धात ठार करेन...' अशा बढाया मारल्या. प्रत्यक्षात हनुमानासमोर त्याचे काहीही चालले नाही. हनुमानाने त्याला धूळ चारली आणि त्याचा वध केला. त्यामुळे अत्यंत क्रोधित झालेल्या रावणाने आपल्या अधिकाऱ्यांना विचारले, ''त्या क्षुद्र वानराला काबूत आणण्यासाठी आता

साक्षात लंकाधिपती रावणांनाच जावं लागणार आहे का? एका माकडालादेखील ठार मारू शकत नाही, इतकी राक्षसजात दुबळी झाली आहे का?''

यावर रावणाचा ज्येष्ठ पुत्र मेघनाद म्हणाला, ''पिताजी, मला आज्ञा द्या. मी निश्चितच त्या वानरावर विजय मिळवीन.'' मेघनाद अत्यंत वीर आणि पराक्रमी योद्धा होता. अखेर हनुमान आणि मेघनाद यांच्यात घनघोर युद्ध झाले. शेवटी चिडलेल्या मेघनादाने हनुमानांवर ब्रह्मास्त्र सोडले. त्या महाशस्त्राचा आदर राखण्यासाठी हनुमानांनी स्वतःला बद्ध करवून घेतले. हनुमानाच्या समर्पणाला स्वतःचा पराक्रम समजून मेघनाद गर्वाने फुगला आणि हनुमानांना दोराने बांधून रावणाच्या दरबारात घेऊन आला.

खरेतर दोर तोडून बंधनमुक्त होणे हनुमानांसाठी सहजशक्य होते; पण त्यांच्या कार्ययोजनेनुसार त्यांनी बंदिस्त अवस्थेत राजदरबारात जाणे आवश्यक होते. त्यांना रावणासमोर आणले गेले. रावण समंजस, बुद्धिमान असता तर हनुमानाची धूर्तता त्याला नक्कीच समजली असती. इतक्या बलशाली राक्षसांना, इतकेच काय, अगदी अक्षयकुमारलाही सहजपणे ठार मारणाऱ्या हनुमानासाठी दोर तोडणे ही अत्यंत क्षुल्लक बाब होती. त्याची इच्छा नसेल तर तो शृंखलेत बद्ध राहणार नाही, हे त्याच्या लक्षात आले असते. पण रावणाची बुद्धी तर भ्रष्ट झाली होती.... इतक्या लोकांना ठार मारणारा शेवटी माझ्यासमोर बंदी म्हणून उभा राहिलाच तर! शेवटी याला पकडण्यात मला यश मिळालेच. मग आता माझ्यासारखी प्रतापशाली, यशोमान व्यक्ती अन्य कोण असणार?

हनुमानाला पाहताच प्रथम रावणाचा थोडा गोंधळही उडाला. त्याच्या मनात विचार आला, 'हा बलशाली वानर आहे तरी कोण?' रावणाने प्रहस्तला विचारले, ''प्रहस्त, या वानराला विचार, तो कोण आहे? त्याचे इथे येण्याचे प्रयोजन काय? तो कुठून आला आहे? त्याने माझ्या वीर राक्षसांना ठार करून अशोक वनातील समस्त बगिचा उद्ध्वस्त का केला आहे?''

यावर हनुमानाने स्वतःच एखाद्या राजनीतिज्ञाप्रमाणे उत्तर दिले, ''हे रावणा! ऐक! पृथ्वीवरील समस्त जीव ज्या चेतनेमुळे जिवंत आहेत, ज्याच्या सामर्थ्यावर ही संपूर्ण पृथ्वी चालते, भक्तांचे, सज्जनांचे जे रक्षक आहेत आणि तुझ्यासारख्या दुर्जनांचा, पापींचा जे संहार करतात, ज्यांच्या भार्येला – सीतामातेला तू कपटाने हरण करून घेऊन आला आहेस, अशा त्या सर्वव्यापी एकमेव भगवान श्रीरामांचाच मी दूत – हनुमान आहे.''

पुढे हनुमान रावणाला समजावत म्हणाले, ''मी केवळ तुला भेटण्यासाठीच इथे आलो आहे. अन्यथा कोणतंही अस्त्र मला बांधून ठेवू शकत नाही. तुझ्या बलशाली राक्षसांना मी केवळ आत्मरक्षणाच्या हेतूने मारलं. प्रभू श्रीराम अत्यंत दयाळू आहेत. ते पापी लोकांनाही चुका सुधारण्याची आणि पश्चात्तापाची संधी देतात. त्यामुळे सीतामातेला वेळीच संपूर्ण सन्मानासहित श्रीरामांकडे परत पाठवून दे, यामध्येच तुझं हित आहे. श्रीरामांविषयी असणाऱ्या शत्रुत्वाच्या भावनेचा तू त्याग कर आणि त्यांना शरण जा. तुझ्या चुकांना ते अवश्य क्षमा करतील. अन्यथा, इतका मोठा अक्षम्य अपराध केल्यानंतर या विश्वामध्ये असा कुणीही नाही, जो श्रीरामांपासून तुझं संरक्षण करेल.'' अशा प्रकारे हनुमानांनी रावणाला त्याच्या हितार्थ अनेक गोष्टी समजावून सांगितल्या. पण अहंकारात चूर झालेला रावण हनुमानाला म्हणाला, ''अरे! राम माझं काय बिघडवणार? तो तर माझ्यासमोर पालापाचोळ्यासारखा आहे. मी वाटेल तेव्हा त्याचा वध करू शकतो.''

शेवटी हनुमानाने रावणाला भूतकाळातील कित्येक गोष्टींचे स्मरण करून दिले. हनुमान म्हणाले, ''प्रभु श्रीरामांशी तुझी तुलना होऊच शकत नाही. सीता-स्वयंवरामध्ये जे शिवधनुष्य तुला साधं हलवताही आलं नाही, तोच कोदंड श्रीरामांनी एका हातात लीलया पेलून एखाद्या काडीप्रमाणे वाकवला, इतकंच नव्हे, तर मोडलादेखील. वालीबरोबरच्या युद्धात तुझा जो दारुण पराभव झाला, त्याच वालीचा श्रीरामांनी एकाच बाणामध्ये वध केला. त्यांच्याशी कोणत्याही प्रकारे तुझी तुलनाच होऊ शकत नाही. श्रीरामांनी आपल्या वनवासाच्या काळात तुझ्या अगणित नातेवाइकांना, सैनिकांना, खर-दूषण, ताडका इत्यादींना यमसदनी पाठवलं; तुझ्या बहिणीचं शूर्पणखेचं नाक कापलं; तरीही तू काहीही करू शकला नाहीस. स्वत:ला मोठा बलवान म्हणवतोस पण श्रीरामांना सामोरं जायलादेखील घाबरतोस. म्हणूनच त्यांच्या पाठीमागे त्यांच्या पत्नीला कपटाने इथे आणलंस. हे सत्य तुलादेखील निश्चितच ठाऊक आहे. युद्धामध्ये तुझा त्यांच्यासमोर क्षणभरही टिकाव लागणार नाही, पण अहंकारामुळे तू ते मान्य करत नाहीस...''

अशा प्रकारे हनुमानांनी रावणाच्या अहंकारावरच प्रहार केला तेव्हा मात्र तो रागाने वेडापिसा झाला. आपल्या सैनिकांना त्याने आज्ञा दिली, ''या दुष्ट, दु:साहसी वानराला मारून टाका.'' त्याच वेळी बिभीषण तिथे आला. रावणाची आज्ञा ऐकून त्याने त्याला समजावलं, ''हे भ्राता! जरा संयमाने आणि विवेकाने घ्या. हनुमान लंकेमध्ये रामदूत बनून आले आहेत आणि दूताची हत्या करणे हे राजनीतिधर्माच्या

विरुद्ध आहे. आपण असे केले तर आपल्या कुळाच्या सन्मानाला कलंक लागेल. त्यामुळे मृत्युदंडाऐवजी त्यांना अन्य शिक्षा द्यावी.'' बिभीषणाच्या या नैतिक हस्तक्षेपामुळे रावणाने हनुमानाच्या वधाच्या आदेशाला स्थगिती दिली.

अशा प्रकारे आत्तापर्यंत भक्तीच्या सत्रामध्ये, सेशनमध्ये असणारे बिभीषण तिथून बाहेर आल्याचे आपण बघितले. आता ते कृतिशील बनले, ॲक्शनमध्ये आले. त्यांनी ठामपणे सांगितले, ''संदेशवाहकाला मारणं ही राजनीतीच्या आणि धर्माच्या विरुद्ध असणारी बाब आहे.' त्यावर रावण म्हणाला, ''वानरांना आपलं शेपूट खूप प्रिय असतं. त्यामुळे याच्या शेपटीला कापड बांधून त्याला आग लावा आणि त्याला अंग-भंग (अपंग) करून परत पाठवा.''

हे सर्व ऐकल्यानंतर, घडणाऱ्या कृती म्हणजे भावी योजनेचे संकेत आहेत हे हनुमानांच्या लगेच लक्षात आले. श्रीरामांच्या कृपेने योजनेला अनुकूल ठरणारी परिस्थिती निर्माण होत होती. जणू हनुमानांनी बनवलेल्या कार्ययोजनेची रणनीती सफल होण्याचे संकेतच त्यांना मिळत होते.

इथे लक्षात घेण्यासारखी बाब म्हणजे कधीकधी असत्याच्या बाजूने असणारा मनुष्यदेखील आपल्या स्वानुभवावर (तेजस्थानावर) जातो. तेव्हा त्याच्या तोंडूनही अशा काही गोष्टी बाहेर पडतात ज्या ऐकल्यानंतर आश्चर्यच वाटते, ''अरे! मला जे सांगायचंय तेच तर हा बोलतोय!'' त्या वेळी लक्षात येते, सत्याशी संलग्न नसणारी व्यक्तीही कधीकधी स्वानुभवावर, तेजस्थानावर जाते आणि ज्ञानाविषयी बोलते.

हनुमानांच्या शेपटीला आग लावण्याची सूचना देणे म्हणजे रावण त्या वेळी स्वानुभवाच्या (तेजस्थानाच्या) संपर्कात येण्याचे सूचक आहे. मग तीच गोष्ट सत्याची अभिव्यक्ती घडण्यासाठी साहाय्यक ठरली. रावणाच्या मुखातून साक्षात सरस्वतीच बोलत आहे, हे हनुमानांनी जाणले. 'सरस्वती बोलण्याचा' आजच्या भाषेतील अर्थ म्हणजे, 'तेजस्थानाच्या संपर्कात येणे', असाही घेता येईल.

हे पवनसुता! अंजनीनंदना! श्रीरामाच्या दूता! या जगात आपल्यासमान अन्य कुणीही बलशाली नाही.

- हनुमान/भक्ती-चालिसा

१४

दिव्य योजना कार्यान्वय

लंका-कांड : भाग २

लंकेमध्ये बंदी बनलेल्या हनुमानाने, जेव्हा 'हनुमानाच्या शेपटीला आग लावा' असे ऐकले, तेव्हा ते वाक्य म्हणजे हनुमानाची कार्ययोजना अमलात येण्याची सुरुवात झाल्याचा जणू संकेतच होता. कारण हनुमानाला जे अपेक्षित होते, तेच रावणाने सांगितले.

हनुमानाला दिलेली शिक्षा रावणाने कोणत्याही कारणास्तव मागे घेऊ नये, म्हणून हनुमानांनीही घाबरण्याचे नाटक केले. राक्षसांना गयावया करत ते म्हणाले, 'मी वानर आहे... शेपटीशिवाय कसा जगणार... सगळ्यांमध्ये माझं हसू होईल... हवं तर तुम्ही मला ठार मारा; पण माझं शेपूट जाळू नका...' पण हनुमानांच्या शेपटीला आग लावली तरच त्यांची कार्ययोजना सफल होणार होती. त्यामुळे असे नाटक करणे त्यांच्यासाठी गरजेचेही होते. रावणालादेखील या विचाराने अतिशय आनंद झाला, 'वा! या माकडाला काय मस्त शिक्षा दिली आहे... बघू या! आता रामाला कसं तोंड दाखवतो ते...'

अशा प्रकारे हनुमानांनी आपले नाटक अत्यंत कौशल्याने रंगवले. शेपटीला चिंध्या बांधताना ते अत्यंत दीन मुद्रेने विनंती करत होते, 'असे करू नका... असे नका हो करू!' पण मनातल्या मनात ते अतिशय खूश होते; आणि का नसणार? त्यांच्या कार्ययोजनेप्रमाणेच सगळे साकार होत होते. हनुमान अत्यंत चतुर, चलाख होते. कुठे बोलावे, कुठे शांत राहावे आणि कुठे काय करावे, हे त्यांना योग्य प्रकारे ठाऊक होते. रावणाला तर, ज्या वानराने इतका धुमाकूळ घातला, त्याला योग्य

शिक्षा मिळाल्याचा अत्यानंद झाला. शिवाय, आयुष्यभर ते वानर आपल्याला घाबरूनच राहणार याच कपोलकल्पित आनंदात तो रमला. यावरून अज्ञान काय काय करवून घेते, हे लक्षात घ्या.

रावणाच्या आज्ञेनुसार राक्षस-सैनिक हनुमानाच्या शेपटीला कापड गुंडाळत होते. त्याच वेळी हनुमान आपले शेपूट हळूहळू वाढवत राहिले. ही गोष्ट सुरुवातीला लोकांच्या लक्षातच आली नाही. पाहता-पाहता हनुमानांची शेपूट प्रचंड लांब झाली. त्यामुळे मिळेल तिथून कापड आणून लोक त्यांच्या शेपटीला गुंडाळत होते. अशा तऱ्हेने, लंकेमध्ये अन्न-वस्त्र-निवारा यांचा तुटवडा निर्माण करणे, हादेखील हनुमानांच्या कार्ययोजनेचाच एक भाग होता. संपूर्ण लंकानगरीतील वातावरण त्यांना भीतीचे, दहशतीचे बनवायचे होते. मग काय विचारता? शेपटीची लांबी वाढतच होती... कापडं आणली जात होती... आणि शेपटीला गुंडाळली जात होती...

श्रीरामांनी वारनसेनेसमवेत इथे येऊन युद्ध आरंभ करण्यापूर्वीच लंकावासीयांमध्ये दहशत पसरवून त्यांना दुबळे करायचे, रावणाची ताकदच खिळखिळी करून टाकायची, अशी या प्रसंगामागची युद्धनीती होती. विजयासाठी हनुमानांनी लंकेत अशी काही तयारी केली, की लंकेतील लोकांकडे असलेला अन्न-वस्त्र-निवाराच नष्ट झाला.

अशा प्रकारे कार्ययोजनेच्या रणनीतीनुसार हनुमानांची शेपटी लांबच लांब होत गेली. घराघरांतून शेपटीवर गुंडाळण्यासाठी कपडे आणले गेले. सगळ्या लंकेतील कपडे संपण्याच्या मार्गावर होते. मग या गुंडाळलेल्या कपड्यांवर तेल टाकले. त्यामुळे घराघरांतील तेलदेखील संपले. त्यानंतर, 'अशोक वाटिकेची नासधूस करणारा, उत्पात माजवणारा वानर पकडला असून त्याला आता दंड दिला जाणार आहे,' अशी दवंडी पिटवून हनुमानाला संपूर्ण लंकानगरीत फिरवले गेले.

लंकावासीदेखील अत्यानंदाने त्या दृश्याचा आस्वाद घेत होते. धुमाकूळ घालणाऱ्या वानराला त्यांच्या राजकुमाराने – मेघनादाने पकडले. त्यांनी पुन्हा एकदा त्यांचे सामर्थ्य दाखवून दिले, या विचारानेच सगळे लंकावासी प्रसन्न होते.

या प्रसंगामध्ये हनुमानांना लंकेच्या प्रत्येक मार्गावरून, छोट्या-छोट्या रस्त्यांवरून आणि घराघरांसमोरून फिरवले. लोक त्यांच्यावर दगड, माती, चिखल फेकत होते. त्यांची चेष्टा करत होते. त्यांची निंदादेखील करत होते. लहान मुले त्यांना चिमटे काढून पळत होती, तर कुणी त्यांचे केस ओढत होते.

हनुमानांसाठी हा सर्व परीक्षेचा (टेस्टिंगचा) काळ होता. परंतु हनुमान मनातल्या

मनात अत्यंत प्रसन्न होते. त्यांना परीक्षेची सगळीच रूपे यामध्ये दिसत होती. पुढे काय घडणार याची कल्पनाही हनुमानाला होतीच. या टेस्टिंगमागे कोणता हेतू सफल होणार आहे, हेदेखील त्यांना स्पष्टपणे दिसत होते. कारण हनुमानांची इच्छा असती तर दोर तोडून तिथून ते पळूनही जाऊ शकले असते. खरेतर त्यांच्यासारख्या सामर्थ्यशाली भक्ताला कोण अडवू शकत होते? त्या वेळी असंख्य अपशब्दांनी त्यांची मानहानी झाली. पण ती त्यांनी का सहन केली असेल बरं? कारण मोठी योजना यशस्वी करण्यासाठी त्यांना अशा लहानसहान घटना सहन करणे गरजेचे होते. अन्यथा, त्यांची महान योजना सफल झालीच कशी असती?

आपले ध्येय जेव्हा स्पष्ट असते, त्या वेळी मनात कोणताही संभ्रम नसतो, हे हनुमानांच्या कार्यपद्धतीवरून लक्षात येते. ध्येयप्राप्तीच्या सुरुवातीच्या काळात लहानमोठ्या अडचणी, बाधा येण्याची शक्यता असते. या बाबी सातत्याने आपले लक्ष वेधून आपल्या मनाला भरकटवण्याचा प्रयत्नही करतात. परंतु, तरीही, इशा मनःस्थितीवर मात करून आपल्या ध्येयपूर्तीलाच कसे प्राधान्य द्यायचे, याची प्रेरणा हनुमानाच्या चरित्रातून मिळते.

लंका-निरीक्षण

आता हनुमानाने विचार केला, ठीक आहे. हा सगळा तमाशा थोडा वेळ सुरू राहील. कारण हादेखील टेस्टिंगचाच एक भाग आहे. मात्र, या दरम्यान आवश्यक त्या कृती त्यांनी केल्या. म्हणजे लंकेतील रस्त्यांचे त्यांनी निरीक्षण केले. लंकेतील रस्ते, घरे कशी आहेत? कुठे लाकडाची, कुठे कच्ची आहेत? आग लावण्यासाठी उपयुक्त जागा कोणती असेल? या सर्व गोष्टी त्यांनी गल्लीगल्लींमधून फिरवले जात होते तेव्हा आपल्या तीक्ष्ण नजरेने हेरल्या. याचे कारण म्हणजे आपल्या ध्येयाविषयी हनुमान सदैव जागृत होते. त्यांचे संपूर्ण लक्ष त्यांच्या योजनेवरच केंद्रित होते. त्यांच्या बाबतीत घडलेल्या अयोग्य व्यवहाराला आपल्या विशिष्ट भावी कार्ययोजनेचाच एक आवश्यक भाग समजून त्यांनी ते सहन केले.

सामान्यतः मायेच्या जाळ्यात मनुष्य अलगदपणे सापडतो. समोर आकर्षणाची वस्तू दिसली तर तो तिच्यापासून पळ तरी काढतो किंवा तिच्यात गुंतून तरी जातो. परंतु बुद्धिमान हनुमानांनी मायेला घाबरून तिला पाठही दाखवली नाही किंवा तिच्याशी हातमिळवणीही केली नाही. कारण, मायेपासून दूर गेले तर माया पाठलाग करणार आणि तिचा हात हातात घेतला तर त्यामध्येच गुंतले जाणार हे त्यांना योग्य प्रकारे ज्ञात होते. वरील प्रसंगात हनुमानांच्या बाबतीत नेमके हेच दृश्य पाहायला

मिळते. माया त्यांच्या मागेमागे वेगाने येत आहे आणि ते तिच्या पुढे चालले आहेत. घोर संकटामध्ये सापडूनही हनुमानांचे पूर्ण ध्यान, त्यांची दृष्टी मनातल्या मनात त्या मायापतींवर, रघुपतींवर केंद्रित होती, ज्यांचा वरदहस्त हनुमानांच्या मस्तकी होता. बाह्यात्कारी पाहिल्यास हनुमान भीषण संकटात असल्याचे दिसतात. पण अंतरंगातून त्यांचे लक्ष केवळ श्रीरामांवरच केंद्रित होते.

रामकार्याचा महिमा

लंकानगरीमध्ये हनुमान रामकार्याच्या इच्छेखातर बाह्यदृष्ट्या सर्व काही सहन करत होते. त्यांची अपमानास्पद मिरवणूक काढली गेली, लोकांनी अपशब्द ऐकवले, त्यांची थट्टा उडवली गेली. खरेतर हे सर्व त्यांच्या सहनशक्तीच्या पलीकडचे होते. तसे बघितले तर माया विविध रूपांमध्ये त्यांच्यासमोर आपले जाळे पसरवत होती. कधी सुरसा, कधी लंकिणी, कधी छायाग्रहिणी, तर कधी लंकानगरीच्या रूपात. पण तरीही, हनुमानांचे ध्यान मायेच्या या विविध रूपांमागे स्थिर असलेल्या सत्यावर – रघुपतींवरच टिकून होते!

लंकादहन

हनुमानाच्या या राजनीतीमध्ये आपली करमणूकच होणार अशी अटकळ लंकावासीयांना होतीच. वानराचे जळणारे शेपूट पाहून आता छान खेळ पाहायला मिळणार या आनंदात ते सगळे होते. पण घडले भलतेच!

लंकाभ्रमण केल्यानंतर हनुमानाच्या शेपटाला आग लावण्यात आली. आग लावताच हनुमान, राक्षसांचा वेढा तोडून लगेच एका उंच भवनावर जाऊन बसले. तिथे जाऊन त्यांनी 'जय श्रीराम' असा जयघोष करत, एका भवनावरून दुसऱ्या भवनावर उड्या मारत संपूर्ण लंकेला आग लावली.

त्यांना ठाऊक असलेली, आग लावण्याची सर्व ठिकाणे, क्षणार्धात त्यांनी पेटवून दिली. अपवाद होता तो केवळ सीतेची अशोक वाटिका आणि बिभीषणाच्या महालाचा! अशा प्रकारे संपूर्ण लंकेमधील अन्न, वस्त्र आणि निवारा ही तिन्ही साधने नष्ट झाली. लंकादहन करून वास्तविक हनुमानाने युद्धाचे अर्धे काम तमाम केले. त्यामुळे प्रजेचे मनोधैर्य खचले. राक्षसांचा आत्मविश्वासही कमी होऊन ते अत्यंत भयभीत झाले. परिणामी, हनुमानांची कार्ययोजना संपूर्णतः यशस्वी झाली. पुढे पूल तयार झाल्यानंतर अंगद जेव्हा रावणाकडे गेला, तेव्हा त्याला पाहून लंकावासी भयाने कापू लागले. कारण, अंगदही हनुमानांसारखीच भयंकर व्यक्ती असेल असे

त्यांना वाटले; इतका लंकादहनाचा सखोल परिणाम झाला होता.

हनुमानाने कार्ययोजना कशी आखली होती, हे आपल्याला समजून घ्यायचे आहे. एकाच फलंदाजाने तडाखेबंद काम करून दाखवले. त्यामुळे दुसऱ्या खेळाडूला पाहताच, 'ठाऊक नाही आता हा काय करणार...' या विचाराने लोक थरथर कापू लागले. हनुमंताला शिव्याशाप देणाऱ्यांची, स्वतःला श्रेष्ठ समजणाऱ्यांची तर आता बोबडीच वळली होती. रावणासमोर शेखी मिरवत, वानरसेना आपले काय करणार... ती तर आपले भोजन आहे, असे जे बोलत होते, तेच आता भयभीत झाले होते.

अशा तऱ्हेने हनुमंताने सोन्याची लंका बेचिराख केली. हनुमानाच्या पित्याने – पवनदेवतेनेही या कार्यात त्यांना संपूर्ण सहकार्य केले. शेपटीची आग विझवण्यासाठी ते समुद्रकिनारी गेले. त्या वेळी सागरी लाटांनी हनुमानाच्या शेपटीची आग विझवली.

अशा प्रकारे हनुमानांनी श्रीरामांचे कार्य सिद्ध केले. सीतामातेचा शोध घेतला आणि लंकावासीयांचे मनोबल भंग केले. रावणाच्या दंभाला त्यांनी उच्चरवात ललकारले.

बिभीषणानेदेखील रावणाला समजावण्याचा आटोकाट प्रयत्न केला. तो रावणाला म्हणाला, "पूज्य भ्राता, आपण तर अशा मंत्र्यांनी आणि सल्लागारांनी घेरलेले आहात, ज्यांना आपलं चांगलं व्हावं असं मुळीच वाटत नाही. तेव्हा हेच लोक आपल्या विनाशाचं कारण बनतील. चारही बाजूंनी स्तुतिपाठक आणि चापलुसांनी घेरलेल्या व्यक्तीचा अंत शीघ्र आणि निश्चितच होतो. अशा लोकांमुळेच व्यक्तीला आपली दुर्बलता समजत नाही." पण रावण तर रावणच होता ना! बिभीषणाच्या बोलण्याकडे दुर्लक्ष करून, नाराज होत रावणाने त्याच्यावरच लत्ताप्रहार केला. त्यामुळे रावणाकडून अपमानित झालेला बिभीषण श्रीरामांना शरण गेला आणि युद्धात त्याने रामांना साहाय्य केले.

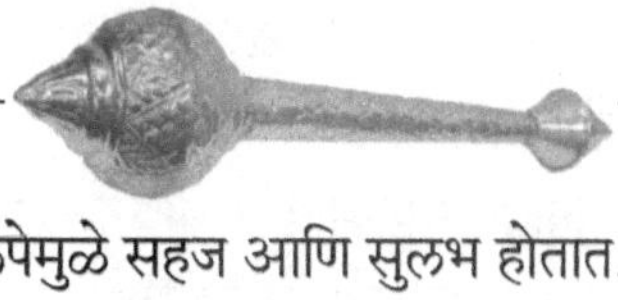

विश्वातील अत्यंत बिकट कार्ये आपल्या कृपेमुळे सहज आणि सुलभ होतात.

– हनुमान/भक्ती–चालिसा

१५

श्रीराम कृपेने सर्व शक्य

भक्त-भक्ती-भगवान

संपूर्ण लंकेमध्ये दहशतीचे वातावरण निर्माण करून, आपल्या शेपटीची आग विझवून, वीर हनुमान सीतामातेकडे गेले. त्यांना विनम्रतापूर्वक नमस्कार करून श्रीरामांकडे जाण्याची आज्ञा मागितली. त्या वेळी सीतामाता हनुमानाला म्हणाल्या, ''हनुमान, तुम्हांला बघितल्यावर काही क्षण मला माझ्या दु:खांचा विसर पडला. आता श्रीरामांची कथा ऐकवून माझं सांत्वन कोण करणार?''

यावर हनुमान म्हणाले, ''माते, असे असेल तर आपण माझ्या खांद्यावर बसा. मी आपल्याला श्रीरामांकडे घेऊन जातो.'' परंतु सीतेने त्याची विनंती अमान्य केली. ती म्हणाली, ''श्रीरामांनी इथे येऊन रावणाला युद्धात ठार करून मला येथून घेऊन जाणं हेच युक्तिसंगत आहे. तेव्हा, आता तुम्ही जा. मी संयमाने आणखी काही दिवस श्रीरामांची प्रतीक्षा करेन.''

सीतामातेने आपला चूडामणी (डोक्यात घालायचा एक दागिना) हनुमानाला दिला. त्यामुळे हनुमान अत्यंत प्रसन्न झाले. हनुमानाला निरोप देताना सीतेच्या डोळ्यांत पाणी आले. त्या म्हणाल्या, 'श्रीरामांना माझी कुशलता सांगा आणि लक्ष्मणांना मी ज्या कठोर वचनांनी आघात पोहोचवला, त्यासाठी माझ्याकडून त्यांची क्षमा मागा.''

आता सीतामातेचा संदेश श्रीरामांपर्यंत पोहोचवण्यासाठी हनुमान अत्यंत उतावीळ झाले होते. पर्वत सर करण्याचा त्यांचा वेग इतका जबरदस्त होता, की त्यांच्या पावलांच्या आवाजाने पर्वतांच्या शिळा चक्काचूर झाल्या. सर्वात उंच

शिखरावर चढल्यानंतर हनुमानांनी आपल्या शरीराचा आकार वाढवून पर्वताकार केला आणि समुद्र उल्लंघण्यासाठी मोठी झेप घेतली.

आकाशमार्गाने उडताना हनुमानांनी इतक्या जोरात गर्जना, रामनामाचा जयजयकार केला, की चारही दिशा कंपित झाल्या. त्यांचा आवाज ऐकून जांबुवंतासहित सगळीच वानरसेना त्यांच्या भेटीसाठी उत्सुक झाली. हनुमान आपले कार्य पूर्ण करूनच परतले आहेत, हा विश्वास त्यांच्या मनात होता. तितक्यात हनुमानांनी महेंद्र पर्वताच्या शिखरावर उडी मारली. मग सगळ्या वानरांनी त्यांना घेरले. जांबुवंत इत्यादींना हनुमानांनी प्रणाम केला. त्याचबरोबर इतर वानरांची प्रेमपूर्वक चौकशीही केली. सीतामातेला भेटण्यापासून ते लंका दहनापर्यंतचा संपूर्ण वृत्तान्तत हनुमानांनी अत्यंत आनंदाने सर्वांना सांगितला. परंतु हनुमानांना आपल्या कोणत्याही कार्याचे श्रेय घेण्याची इच्छा नव्हती. ते वानरांना सांगतात, ''प्रभू रामचंद्रांच्या कृपेमुळेच सर्व काही शक्य झालं... *राम कृपाँ भा काजु बिसेषी*।''

विनयशील हनुमान

यात महत्त्वपूर्ण बाब अशी आहे की, हनुमान स्वत: 'अपार बलशाली' आणि 'विद्याबुद्धीचे सागर' असूनही संभाषणादरम्यान अन्य वानरांसोबत आपलाही अंतर्भाव करतात. यावरून त्यांच्यात किती विनम्रता होती, हे लक्षात येते. सूक्ष्मातील सूक्ष्म गोष्टही ते सांगतात आणि स्वत:ला लहान म्हणवतात. आम्ही तर वानरबुद्धी जीव आहोत. आमच्याकडून आपण कोणती आशा ठेवणार? आम्ही तर असेच आहोत, या विनम्रतेसह रामकार्याचा महिमा प्रकट करायलाही ते चुकत नाहीत.

विनयशील हनुमानांची निष्ठा हेच सांगते, की रामकार्य, श्रीरामांची कृपा आणि प्रीती असल्यावर रुईच्या साहाय्यानेदेखील लंकेला जाळणे शक्य होते. यामध्ये आमची कोणतीही प्रौढी (क्रेडिट) नाही.

अशा प्रकारे समस्त वानरांसमवेत हनुमान तेथून किष्किंधा नगरीत पोहोचले. तिथे सर्व वानरांनी अंगदाच्या संमतीने सुग्रीवांच्या मधुवनामध्ये आनंदाने मधुपान केले. हे वृत्तही रक्षकांनी ताबडतोब वानरराज सुग्रीवांना दिले. यानंतर सर्व जण श्रीरामांकडे गेले. श्रीरामांसमक्ष हनुमंतांना स्व-कार्याचे गोडवे गाण्याची इच्छा नव्हती, म्हणून हे काम जांबुवंताने पार पाडले.

हनुमानांनी श्रीरामांचे चरण धरले आणि म्हणाले, ''पातिव्रत्याच्या कठीण नियमांचं पालन करणाऱ्या सीतामाता तेथे कुशल आहेत. शिवाय, त्या सदैव आपलंच स्मरण करत असतात.'' हे ऐकून रामांना अत्यानंद झाला. त्यानंतर

हनुमानांनी सीतामातेच्या दर्शनाचा आणि त्यांच्याशी झालेल्या संवादाचा वृत्तान्त ऐकवला. श्रीरामांना देण्यासाठी सीतेने दिलेला चूडामणी, त्याचप्रमाणे अशोक वाटिकेची केलेली नासधूस, राक्षसांचा केलेला वध आणि लंकादहन या सगळ्या वार्ता रामांना त्यांनी सविस्तर ऐकवल्या.

हे सर्व ऐकून श्रीराम सद्‌गदित झाले. प्रसन्न होऊन म्हणाले, ''हे हनुमाना! तू केलेलं महान कार्य देवतांकडूनही पूर्ण होणं अशक्य आहे. यासाठी तुला मी काहीही दिलं तरी ते कमीच असेल. तुझ्या या उपकारांची परतफेड मी कधीही करू शकत नाही. आपले पंचप्राण देऊनही मी तुझ्या ऋणांतून मुक्त होऊ शकत नाही. यासाठी अन्य काहीही न देता माझ्या प्रेमाचं प्रतीक म्हणून मी तुला आलिंगन देतो.' असे म्हणून हनुमानांना छातीशी कवटाळून त्यांनी प्रगाढ आलिंगन दिले आणि त्यांच्या डोळ्यांतून प्रेमाश्रू वाहू लागले.

हनुमानांनादेखील आपल्या कार्याचा मोबदला म्हणून श्रीरामांकडून –आपल्या स्वामींकडून कोणत्याही पुरस्काराची आशा नव्हती. कारण ते असे अनन्य भक्त होते, ज्यांना श्रीरामांकडून प्रेमाव्यतिरिक्त इतर कशाचीही अपेक्षा नव्हती. श्रीराम तर त्यांना म्हणाले होते, 'प्राण देऊनही तुझ्या उपकारांची परतफेड होऊ शकत नाही.' श्रीरामाचे हे भावच हनुमानांसाठी सर्वोत्तम पुरस्कार होता.

त्याचप्रमाणे हनुमानाचा हा आशय असाही समजून घेता येईल : ज्ञानी भक्ताला मोक्षाची अपेक्षा असते. परंतु हनुमानांसारखा भक्त प्रभूंकडून मोक्षफळाऐवजी प्रेमाची आणि भक्तीचीच उत्कट इच्छा व्यक्त करतो. पण शरीराशिवाय तर भक्ती घडणे अशक्यच! या दृष्टीनेच भक्ताचे शरीर टिकून राहण्याची आवश्यकता असते.

पृथ्वीवर हनुमान सदैव सशरीर, श्रीरामांची भक्ती आणि रामभक्तांना मार्गदर्शन करण्यासाठी विद्यमान आहेत. त्यांना मोक्षाची इच्छा नसल्याने ते केवळ श्रीरामांच्या भक्तीमध्ये आणि सेवेमध्येच आनंदी आहेत. हनुमानांना केवळ प्रभूच्या स्नेहाची अपेक्षा आहे. ते श्रीरामांना म्हणतात, ''हे प्रभो! आपल्याविषयीचा माझा परमस्नेह सदैव असाच राहो... माझी निश्चल भक्ती कायम आपल्यामध्ये राहो... आपल्या व्यतिरिक्त आणखी कुठेही माझा आंतरिक अनुराग (भक्ती, प्रेम) नसावा...''

अशी आहे हनुमानांची निःस्वार्थ भक्ती! म्हणून सर्व साधकांनी हनुमानांच्या पावलावर पाऊल टाकून चालायला हवे. हनुमानांच्या चरित्राचे अनुकरण तसेच त्यांचे भजन केल्याने श्रीरामांची प्राप्ती होते. याच कारणामुळे संपूर्ण रामायणात सुंदरकांडाचे विशेष महत्त्व अधोरेखित आहे. कारण याच कांडामध्ये हनुमानांची

ताकद, पराक्रम, कार्यकुशलता आणि साहस यांचे अतिशय सुंदर वर्णन वाचायला मिळते. प्रभूंना हनुमानाच्या सुंदर शौर्यगाथा अत्यंत आवडतात. यासाठी या कांडाचे नाव 'सुंदरकांड' असे आहे.

सुंदरकांडानंतर येते लंकाकांड! त्यातदेखील हनुमानाची महत्त्वपूर्ण भूमिका आहे. हनुमानाकडून चूडामणी आणि सीतेचा संदेश मिळाल्यानंतर सीतेच्या मुक्तीसाठी श्रीराम तत्परतेने लंकेला जाण्याची योजना आखतात. हनुमानाच्या खांद्यावर श्रीराम आणि अंगदाच्या खांद्यावर लक्ष्मण असे लंकेच्या दिशेने ते कूच करतात.

मजल दरमजल करत दक्षिणेचे पठार ओलांडून सगळी वानरसेना समुद्रकिनारी पोहोचते. मग समुद्राचे दुसरे टोक कसे गाठायचे, यासंबंधी सगळ्या सेनेबरोबर चर्चेला सुरुवात होते. तेथे प्रभू रामचंद्र तीन दिवसांपर्यंत एका आसनावर बसून जलदेवतेची प्रार्थना करतात. तरीही, जलदेवता प्रसन्न होत नाही हे बघितल्यावर ते आपले धनुष्य उचलतात. त्या वेळी सागराचा राजा पाण्यातून प्रकटतो आणि सांगतो, ''अस्वलाचे वंशज दैवी कृपेपेक्षा अधिक महत्त्व स्वतःच्या प्रयत्नांना आणि परिश्रमांना देतात. सुग्रीवाच्या सेनेमध्ये असणारे नल-नील नावाचे दोन वानर हे स्थापत्यकलेचे उत्तम जाणकार आहेत. त्यांच्या मदतीने सागरावर सेतू बांधा आणि त्यावरून संपूर्ण सेनेसह लंकेवर आक्रमण करा. माझा आशीर्वाद तुमच्यासोबत आहे. तुम्हांला नक्कीच यश मिळेल.''

सेतुनिर्माणाचे कार्य

सेतुनिर्माणासंबंधी चर्चा सुरू असताना बिभीषण आकाशमार्गाने श्रीरामांच्या तंबूत आले. ते रामाला शरण आले होते. हनुमानाच्या सांगण्यावरून श्रीरामांनी त्यांना आपल्या पक्षामध्ये सामील करून घेतले. बिभीषणानेदेखील त्यांना समुद्रावर पूल बनवण्याचा सल्ला दिला.

सेतू बनवण्याची आज्ञा मिळताच नल-नील यांनी मोठमोठे दगड, वृक्ष इत्यादी तोडून आणण्याची आज्ञा वानरांना दिली. नल-नील यांनी स्पर्श केलेले (रामनामलिखित) दगड पाण्यात बुडणार नाहीत तर तरंगतील, असे वरदान त्यांना प्राप्त होते. वानरांनी आणलेले मोठमोठे दगड आणि शिळा नल-नील यांनी पाण्यात टाकताच त्या पाण्यावर तरंगू लागल्या. परंतु त्या एकाच जागी स्थिर न राहता पाण्याच्या प्रवाहाबरोबर इकडेतिकडे जाऊ लागल्या. इथेदेखील बुद्धिमान आणि श्रीरामांवर संपूर्ण श्रद्धा असणाऱ्या हनुमंतांनी त्यांना उपाय सुचवला. ते

म्हणाले, ''एका दगडावर 'रा' आणि दुसऱ्यावर 'म' लिहून ते पाण्यामध्ये सोडा. ते परस्परांशी जोडले जातील. नारायणाचा 'रा' आणि महादेवाचा 'म' हे दोन्ही शिव आणि विष्णू यांच्या एकात्मतेचं प्रतीक आहेत. त्यामुळे ते अभेद्यच राहतील, वेगळे होणार नाहीत.'' हनुमानांच्या सूचनेनुसार दगडांवर 'रा' आणि 'म' लिहून ते नल-नील यांच्याकडे सोपवले गेले. आश्चर्याची बाब म्हणजे, दगड पाण्यात टाकताच ते एकमेकांशी जोडले गेले. झाडाच्या वेलींच्या साहाय्यानेही दगड परस्परांना बांधण्यात आले. आता 'जय श्रीराम' या नादासमवेत सेतूची लांबीही वाढू लागली.

अशा प्रकारे हनुमानांनी सीतामातेच्या मुक्तीसाठी आखलेल्या कार्ययोजनेची रणनीती सफल झाली. पूल तयार झाला, श्रीरामनाम लिहिलेले दगड पाण्यावर तरंगू लागले. सेतूनिर्माणामध्ये मग्न असणाऱ्या आपल्या सेनेकडे पाहून श्रीरामांनी विचार केला, यांची श्रद्धा किती प्रगाढ आहे. श्रीराम नाव लिहून वानर पाण्यामध्ये दगड टाकत आहेत आणि ते दगडही अत्यंत सहजतेने पाण्यावर तरंगत आहेत.

आता पूल बांधून तयार झाला होता. त्याच दिवशी संध्याकाळी श्रीरामांनी प्रयोग म्हणून एक दगड समुद्रात फेकला. हनुमानांनी हे पाहिले. दगड पाण्यात बुडल्यानंतर ते श्रीरामांजवळ जाऊन म्हणाले, ''प्रभू, आपण हे काय करत आहात?'' त्या वेळी हनुमानांची परीक्षा घेण्याच्या हेतूने श्रीराम म्हणाले, ''ज्या रामाचं नाव लिहिल्याने दगड पाण्यावर तरंगत आहेत, तो राम अन्य कुणीतरी असावा. त्यामुळेच मी टाकलेला दगड पाण्यात बुडाला.'

चतुर हनुमानांना श्रीरामांची अगाध लीला लगेच लक्षात आली. अत्यंत चातुर्याने त्यांनी उत्तर दिले, ''भगवन्! आपण ज्याला सोडणार, त्याचं बुडणं तर निश्चितच आहे. मात्र, आपण ज्याला धरलं आहे, तो नक्कीच तरणार ना! पर्वताच्या जड शिळा केवळ आपल्या नामामुळेच तर तरंगतात. या सेतुनिर्मितीच्या कार्याचं श्रेय केवळ आपल्या नावालाच आहे.''

दोन महान शक्तींदरम्यान पूल बांधण्याचे अदम्य कार्य हनुमानांनी पूर्ण केले. शिवाय, श्रीराम लंकेला पोहोचेपर्यंत संपूर्ण कार्याची जबाबदारीही स्वत:कडे घेतली.

इतकेच नव्हे, तर हनुमानांनी सर्व भक्तांसाठी श्रीरामांपर्यंत पोहोचण्याचा मार्गही प्रशस्त केला. संचालकाच्या भूमिकेमधून ते आपल्याला श्रीरामांपर्यंत घेऊन जातात. अर्थात, श्रीरामांची साधना करण्यासाठी हनुमानांची उपासना करणे आवश्यक आहे. हनुमान इथेदेखील एका पुलाचे, जोडणीचे काम करतात. हनुमान असा पूल आहेत, जे मेंदू आणि हृदय यांचा समन्वय घडवतात. हृदय, जिथे भक्तीचा निवास आहे

आणि मेंदू, जिथून श्रीरामांविषयी संपूर्ण समर्पण आहे.

एका उडीमध्ये मेंदूपासून हृदयापर्यंतचे दीर्घ अंतर कापणाऱ्या हनुमानांकडून आपल्याला खूप काही शिकता येईल. हनुमानांच्या सगळ्याच लीलांचे वर्णन रामायणामध्ये लालित्यपूर्ण पद्धतीने आले आहे. यामध्ये सर्व प्रकरणांचे सूत्रधार हनुमानच होते. किंबहुना श्रीराम-रावण युद्धाचे ते 'ओपनिंग खेळाडू' होते, असे म्हटले तरी वावगे ठरणार नाही. आजच्या भाषेत हे शब्द भलेही आपल्याला कठीण वाटतील; परंतु ते सत्यच प्रकट करतात. लंकेपर्यंत पोहोचण्यासाठी त्यांनी जी युद्धनीती स्वीकारली, ती एक प्रकारे उत्कृष्ट फिल्डिंगच होती.

हनुमानांची ही सगळी वैशिष्ट्ये त्यांच्या जीवनातील रहस्ये दर्शवणारी आहेत. म्हणून पूल बांधण्याच्या त्यांच्या कृतीकडे 'रूपक' म्हणूनही पाहायला हवे.

श्रीराम-रावणाचे महायुद्ध विश्वाला श्रीरामांशी जोडते; जसे महाभारताने विश्व श्रीकृष्णांशी जोडले. या महासंग्रामाविषयी वाचूनही मनामध्ये जर श्रीरामांविषयी ओढ वाटली नाही तर काय लाभ? महाभारतात गीतेसंबंधीचे ज्ञान सविस्तर जाणून घेतल्यानंतर श्रीकृष्णांविषयी भक्ती जागृत झाली तरच महाभारताचे प्रयोजन पूर्ण झाले असे समजावे. त्याचप्रमाणे श्रीरामांची भक्ती करण्यासाठी हनुमानांसारखी उपासना आणि त्यांच्या जीवनावर मनन उपासना करणे अत्यावश्यक आहे.

चंद्रासमान सुंदर

एकदा रात्री सगळे जण श्रीरामांसोबत आकाशात चंद्र पाहत होते. त्या वेळी रामाने त्या सर्वांना विचारले, ''चंद्रामध्ये तुम्हांला काय दिसत आहे?'' यावर प्रत्येकाने वेगवेगळी उत्तरे दिली. कुणाला चंद्राला ग्रहण लागून त्याच्यावर पृथ्वीची सावली पडल्यासारखे वाटले, तर कुणाला त्याच्यामध्ये रथ दिसत होता.

तिथे बिभीषण, सुग्रीव, नल-नील, अंगद आणि हनुमानदेखील उपस्थित होते. चंद्राविषयी सगळ्यांनीच आपापले म्हणणे मांडले. मग हनुमानांना विचारले गेले, ''तुम्हांला चंद्रामध्ये काय दिसत आहे?'' त्यावर ते म्हणाले, ''मला तर श्रीरामच दिसतात. चंद्र तर श्रीरामांचा आरसा आहे. मग त्याच्यात श्रीरामाशिवाय आणखी कोण दिसणार?''

अशा प्रकारे हनुमानांचा केवळ एकच एक दृष्टिकोण होता. त्यांच्यावर केवळ 'रामनामा'चेच गारूड आहे. प्रत्येक गोष्टीमध्ये त्यांना श्रीरामच दिसतात. हनुमानांना तर संपूर्ण विश्वच 'सीयाराममय' वाटते. कोणत्याही वस्तूची कल्पना 'रामाशिवाय'

स्वप्नातदेखील ते करू शकत नव्हते.

काम कोणतेही असले तरी ते हनुमानांशिवाय पूर्णत्वाला जाऊच शकत नव्हते. लंकेला गेल्यानंतर ते एका उंच पर्वतावर उभे राहिले. लंकेचा कानाकोपरा त्यांनी अगोदरच पाहून ठेवला होता. त्यामुळे त्यांनी सेनेला लंकानगरीची रचना आणि युद्धासंबंधी सगळ्या सूचना दिल्या. त्यानंतर सेनापती जांबुवंत आणि युवराज अंगद यांच्या मदतीने सेना संघटित केली. अशा प्रकारे हनुमानांच्या नेतृत्वाखाली लंकेवर स्वारी करण्याची जय्यत तयारी झाली होती.

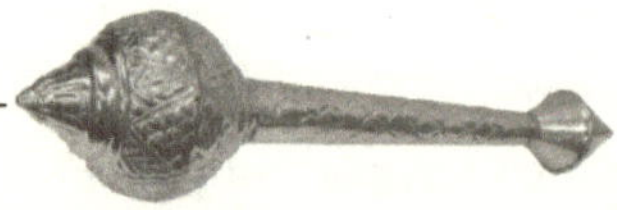

आपला सल्ला बिभीषणांनी मानला. परिणामी, ते लंकेचे राजे बनले, हे वास्तव संपूर्ण विश्वाला ज्ञात आहे.

– हनुमान/भक्ती-चालिसा

१६

अहिरावणाचा वध
वायुपुत्र हनुमानाचा पुत्र मकरध्वज

'राम-रावण' युद्धाच्या आधी शेवटचा प्रयत्न म्हणून अंगदला रावणाकडे पाठवले गेले. शिवाय अंगदकडून रावणाला हे समजून सांगण्याचा प्रयत्न केला गेला, की रावणाने श्रीरामांना शरण जाऊन सीतामातेला रामाकडे सुपूर्द करावे. तेव्हाच युद्धही टळेल आणि रावणाचे प्राणही वाचतील. परंतु गर्वाने उन्मत्त झालेला रावण यासाठी तयार झाला नाही. त्यामुळे युद्ध अटळ होते.

युद्धामध्ये श्रीरामांची वानर सेना राक्षसांवर आपल्या पद्धतीने तुटून पडली. वानर सैनिक गगनचुंबी इमारतींवर व पहाडांवर चढले आणि तिथून मोठमोठे दगड राक्षससेनेवर फेकत होते. या माऱ्यामुळे रावणाची सेना त्रस्त झाली. हनुमानाने आपल्या रणकौशल्याने राक्षससेनेला सळो की पळो करून सोडले. वानरसेना जिथे कमी पडत होती, तिथे हनुमान स्वतः जाऊन युद्ध करत होते. शिवाय, श्रीराम, लक्ष्मण आणि सुग्रीव यांच्या संरक्षणाकडेही ते स्वतः लक्ष देत होते.

एकदा रात्रीची वेळ होती. दिवसभर युद्ध करून थकलेली-भागलेली सेना श्रीराम आणि लक्ष्मण यांच्यासमवेत आराम करत होती. श्रीआंजनेय पहाऱ्यावर होते. त्या वेळी राक्षसकुलशिरोमणी अहिरावणाने बिभीषणाचा वेष धारण करून तेथे प्रवेश केला. सैनिकांना जाग येऊ नये म्हणून त्यांना मोहित करून अहिरावणाने श्रीराम आणि लक्ष्मण यांना अलगद उचलले आणि तो आकाशमार्गे वेगाने तेथून निघाला.

श्रीरामांच्या चरणकमलांवर झोपलेला सुग्रीव आकाशातील तीव्र

प्रकाशकिरणांमुळे जागा झाला. प्रभू श्रीराम आणि लक्ष्मण तेथे नाहीत हे पाहून तो मोठ्याने ओरडला. या घटनेमुळे सगळ्या वानरसेनेत एकच हलकल्लोळ उडाला. अत्यंत भयभीत, चिंतीत आणि अशांत झालेली वानरसेना पवनपुत्र हनुमानांकडे मोठ्या आशेने पाहत होती. श्रीराम आणि लक्ष्मण यांना तेच परत आणतील याची त्यांना मनापासून खातरी होती.

त्या वेळी सगळ्यांना धीर देत हनुमान म्हणाले, ''माझे प्रभू या पृथ्वीवरच काय; पण आकाश-पाताळात जिथे कुठे असतील तिथून मी त्यांना त्वरित घेऊन येईन.''

थोड्या वेळाने बिभीषणांनी संपूर्ण परिस्थितीचे अवलोकन केले. तेव्हा त्यांच्या लक्षात आले, की मायावी राक्षसांमध्ये त्यांचे रूप धारण करण्याचे सामर्थ्य केवळ अहिरावणामध्येच आहे. तोच प्रभू रामचंद्रांना लक्ष्मणांसमवेत पाताळपुरीमध्ये घेऊन गेला आहे. यावर हनुमानांनी ताबडतोब बिभीषणांकडून पाताळमार्गाने जाण्याची आवश्यक ती माहिती मिळवली. मग सुग्रीवाला प्रणाम करून त्यांनी वायुवेगाने तेथून प्रयाण केले.

वायुपुत्र हनुमानांना पाताळलोकामध्ये पोहोचायला वेळ लागला नाही. ते पाताळामध्ये प्रवेश करून थेट अहिरावणाच्या नगराच्या द्वारावर गेले. तिथे त्यांच्यासारख्याच आकारप्रकाराचा एक महाकाय वानर त्यांनी बघितला. नगराच्या संरक्षणासाठी त्याची नियुक्ती केली होती.

सूक्ष्म रूप धारण करून हनुमान दारामधून प्रवेश करणार, तोच त्या वानराने उच्चरवात गर्जना करत विचारले, ''कोण आहेस तू आणि सूक्ष्म रूप धारण करून गुपचूपपणे आत कुठे चालला आहेस? मी इथे असताना तू आतमध्ये प्रवेश करू शकत नाहीस. माझं नाव मकरध्वज आहे आणि मी महापराक्रमी बजरंग बली हनुमानांचा पुत्र आहे.''

आश्चर्यचकित होऊन हनुमानांनी विचारले, ''अरे! हनुमान तर बालब्रह्मचारी आहेत. मग तू त्यांचा पुत्र कसा?''

मकरध्वज म्हणाला, ''एकदा माझे पिता लंकादहनानंतर समुद्रामध्ये आपल्या शेपटीची आग विझवून स्नान करत होते. त्या वेळी श्रमामुळे त्यांच्या शरीरातून स्वेद झिरपत होता. ते स्वेदयुक्त जल एका माशाने प्राशन केले. तो मासा पकडून माझ्या स्वामींच्या – अहिरावणांच्या भोजनगृहात आणला. मासा कापत असताना त्याच्या उदरातून माझी उत्पत्ती झाली. त्यामुळे अहिरावणांनीच माझं पालनपोषण केलं आणि

त्यांच्या आदेशानुसारच मी त्यांच्या या वैभवशाली नगराच्या संरक्षणासाठी तत्पर असतो.''

मकरध्वजाचे बोलणे ऐकून हनुमान आपल्या विशाल रूपात प्रकट झाले आणि त्यांनी आपला संपूर्ण परिचय दिला. मकरध्वजाने चरणस्पर्श करून त्यांचा आशीर्वाद घेतला. त्यानंतर हनुमानांनी श्रीराम आणि लक्ष्मणांविषयी विचारपूस केली.

मकरध्वज अत्यंत विनयाने म्हणाला, ''नावं तर मला ठाऊक नाहीत. परंतु आजच थोड्या वेळापूर्वी माझ्या स्वामींनी कुठूनतरी दोन अत्यंत सुंदर राजकुमार उचलून आणले आहेत. थोड्याच वेळात देवीसमोर त्यांचा बळी देणार आहेत.''

हे ऐकून हनुमानांची पावले वेगाने आतल्या दिशेला वळली. तितक्यात मकरध्वजाने त्यांचा मार्ग पुन्हा अडवला. तो म्हणाला, ''नाही, पिताजी! आपण आत जाऊ शकत नाही. आपण माझा पराभव केल्याशिवाय आणि जोपर्यंत मी जिवंत आहे, तोपर्यंत तरी आपण आत जाऊ शकत नाही. पिता म्हणून मी आपल्याला आतमध्ये जाऊ दिलं तर माझ्या धर्मापासून मी ढळेन. अशा प्रकारे माझ्या स्वामींबरोबर मी विश्वासघात करू शकत नाही.''

मात्र, हनुमानांना शीघ्रतेने आपल्या प्रभूंकडे जायचे होते. यासाठी त्यांनी आपला पुत्र मकरध्वज याच्याशी युद्ध करण्याचा तत्काळ निर्णय घेतला. अखेर तोदेखील वीर पित्याचाच वीरपुत्र होता. दोघांमध्ये युद्ध छेडले. पिता तसाच पुत्र! हनुमानांनी कसेबसे मकरध्वजाला खाली पाडले. त्याच्याच शेपटीने त्याला द्वाराला घट्ट बांधून तीव्र गतीने आतमध्ये गेले.

हनुमान सूक्ष्म रूपात देवीच्या मंदिरात पोहोचले. तेव्हा तेथे त्यांनी पाहिले, चामुण्डा देवीसमोर पूजेची तयारी सुरू होती. अहिरावणाने पूजेला सुरुवात केली आणि शेवटी बळी देण्यासाठी श्रीराम-लक्ष्मण यांना घेऊन यायला सांगितले.

श्रीरामांनी संपूर्ण मौन बाळगले होते. त्यामुळे त्यांची नेमकी इच्छा काय आहे, हे लक्ष्मणाला समजेना. कारण असुराच्या संहारासाठी त्यांनी पाऊल उचलले नव्हते आणि त्याचा वध करण्याची आज्ञाही लक्ष्मणाला दिली नव्हती.

त्याच वेळी श्रीराम लक्ष्मणाला म्हणाले, ''भ्राता! संकटाच्या वेळी सगळे प्राणिमात्र माझं स्मरण करतात. परंतु माझ्या आपदांचं अपहरण करणारा तर पवनकुमारच आहे. त्यामुळे आपण त्यांचंच स्मरण करू या.'' आता हनुमान इथे कसा येऊ शकेल? याचे मोठे आश्चर्य लक्ष्मणाला वाटले. त्या वेळी भगवान श्रीरामांनी त्यांच्या शंकेचे निरसन केले, ''आंजनेय, प्रत्येक ठिकाणी पोहोचू

शकतात. पृथ्वीच्या कणाकणांत ते विराजमान आहेत. मला तर देवीच्या रूपातही त्यांचंच दर्शन घडत आहे.''

श्रीरामांच्या या वक्तव्यावर लक्ष्मणाने देवीकडे पाहण्यासाठी नजर वळवली. तितक्यात... बजरंगबलींनी घोर गर्जना केली. त्या भुभुत्काराने संपूर्ण पाताळनगरी कंपायमान झाली. राक्षसांसह कपटी अहिरावणाचे डोळेदेखील मिटले गेले. त्याच क्षणी हनुमानांनी एका झटक्यात अहिरावणाच्या हातातील तलवार ओढली आणि असुरांच्या वधाला सुरुवात केली. हनुमानाच्या संहाराने तेथील सगळे राक्षस मारले गेले.

आता अहिरावणाने क्रोधित होऊन आपल्या दुसऱ्या तीक्ष्ण तलवारीने हनुमानांवर आक्रमण केले. परंतु त्या तलवारीचा हनुमानांच्या शरीराला स्पर्श होताच ती तुटली. आता वीर हनुमानांनी आपल्या तलवारीच्या एकाच फटक्याने अहिरावणाचे मस्तक धडापासून वेगळे केले. रक्ताची चिळकांडी उडालेले त्याचे मस्तक अग्निकुंडामध्ये जाऊन पडले आणि त्याच्याच मस्तकाने असुरांचे हवन पूर्ण झाले.

अशा प्रकारे अहिरावणाचे संपूर्ण कुटुंब मारले गेले. तिथून निघताना श्रीरामांना स्वत:च्याच शेपटीने बांधलेल्या मकरध्वजासंबंधी समजले. त्यांनी ताबडतोब हनुमानांना पाताळराज्य मकरध्वजाला प्रदान करण्याचा आदेश दिला.

हनुमानांनी मकरध्वजाला राजतिलक लावून आज्ञा दिली, ''त्याने धर्मपूर्वक राज्यकारभार पाहावा आणि सतत अनुभवरूपी श्रीराम आणि सत्यरूपी सीतामातेचं स्मरण करत राहावं.''

मकरध्वजाने श्रीराम आणि लक्ष्मण यांच्या चरणकमलांवर आपला माथा टेकवला. मग आपल्या पित्याला प्रणाम करून त्यांना आदरपूर्वक निरोप दिला. त्यानंतर हनुमानांनी प्रभू श्रीराम आणि लक्ष्मण यांना आपल्या खांद्यांवर बसवून लंकेकडे प्रयाण केले.

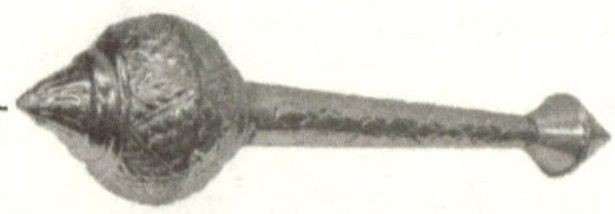

आपले भजन करणाऱ्याला श्रीरामांचे दर्शन घडते आणि त्यांची जन्मजन्मांतरीची दु:खे दूर होतात.

– हनुमान/भक्ती-चालिसा

१७

संजीवनी पर्वतासमवेत हनुमान

कुशल सेनानायक : सिद्ध युद्धप्रबंधक - भाग १

पवनपुत्र हनुमानांच्या गुणांचा महिमा जितका वर्णावा तितका कमीच आहे. श्रीरामांची सेवा करताना त्यांना कधीही कमीपणा वाटला नाही. प्रभुसेवेला त्यांनी आपले सौभाग्यच समजले आणि त्या सेवेमुळेच त्यांना संतुष्टीही मिळाली. हनुमंत कोणतेही कार्य करताना कधीही संभ्रमित झाले नाहीत. अतिसामान्य आणि अत्यंत बिकट परिस्थितीतही कार्यांमधील यशाचे श्रेय हे खरेतर हनुमंतांकडेच जाते. पण ते नेहमीच विनम्रतापूर्वक श्रेय नाकारत असत.

आता युद्धाचा संग्राम महासंग्राम बनला होता. थोड्याशा चुकीने मृत्यू निश्चित होता. त्यामुळे संपूर्ण सावधगिरी बाळगण्याची आवश्यकता होती. इतक्या सावधानतेनंतरही एक क्षण असा आला, ज्या वेळी सुग्रीव, अंगद, शरभ, गंधमादन, जांबुवंत, बल, द्विविद यांच्यासारखे धुरंधरदेखील युद्धामध्ये जखमी झाले.

अशा वेळी बिभीषण जांबुवंतांजवळ गेले. तेव्हा डोळे न उघडताच जांबुवंताने बिभीषणाला हनुमानांविषयी विचारले. बिभीषणाला आश्चर्यच वाटले. ते म्हणाले, "तुम्ही श्रीराम, लक्ष्मण, सुग्रीव यांच्याविषयी न विचारता केवळ हनुमानांबद्दलच का विचारता?" यावर जांबुवंत म्हणाले, "पवनपुत्र आंजनेय जिवंत असतील तरच सगळी वानरसेना जीवित आहे. अन्यथा, आम्ही जिवंत असूनही मृतच आहोत." तितक्यात हनुमान तिथे पोहोचले आणि त्यांनी जांबुवंताला धीर दिला.

युद्धभूमीवर रावणाचे कित्येक योद्धे धारातीर्थी पडले होते. आता युद्धामध्ये कुंभकर्णाला बोलावले गेले. वानरांनी मोठमोठे पर्वत उचलून त्याच्या अंगावर फेकले.

परंतु कुंभकर्णाच्या विशाल कायेवर त्याचा कोणताही प्रभाव पडला नाही. श्रीरामांनी कुंभकर्णाचे हात तोडले. तरीही त्याच्यावर काहीही परिणाम झाला नाही. त्या वेळी बिभीषणांनी श्रीरामांना सांगितले, ''युद्धामध्ये शत्रूला पाठमोरं पाहिल्याशिवाय कुंभकर्ण मरणार नाही, असं वरदान त्याला मिळालं आहे.'' यावर श्रीराम म्हणाले, ''क्षत्रिय वंशाचे पुत्र शत्रूला पाठ दाखवण्याऐवजी मृत्यू स्वीकारतील.'' आता काय करायचे? सगळ्यांसमोर ही अत्यंत बिकट समस्या उभी होती. पण, ज्ञानसिंधू हनुमान असताना चिंता कशाची? बिभीषणाने हनुमानांना सर्व परिस्थिती सांगितली. हनुमान धावत श्रीरामांकडे गेले. आपल्या शेपटीने त्यांनी श्रीरामांच्या पाठीवर गुदगुल्या केल्या. तेव्हा श्रीरामांनी मागे वळून पाहिले. कुंभकर्णाला श्रीरामांची पाठ दिसताच तो खाली पडला. अशा प्रकारे हनुमानाच्या चातुर्याने रावणाचा एक अत्यंत महत्त्वाचा योद्धा मारला गेला.

युद्धामध्ये रावणाचे आगमन

कुंभकर्णाच्या मृत्यूनंतर रावणावर नैराश्याचे ढग फिरू लागले. मैदानात युद्धासाठी आता रावण स्वत: उतरणार होता. त्याने आपला रथ पुढे नेला. लक्ष्मण युद्धासाठी सरसावताच रावणाने ब्रह्मदेवाकडून प्राप्त केलेली शक्ती त्यांच्यावर सोडली. ती त्याच्या वक्षस्थळाला लागल्याने लक्ष्मण खाली पडले. रावण त्यांना उठवण्यासाठी पुढे आला. तितक्यात हनुमान वेगाने तिथे आले आणि त्यांनी रावणाच्या छातीवर आपल्या वज्रमुठीने प्रहार केला.

हनुमानाच्या या जोरदार प्रहाराने रावणाला जबरदस्त झटका बसला. त्या वेळी रावण हनुमानांना म्हणाला, ''एका वीर योद्ध्याबरोबर लढत असल्याचा आनंद मला होत आहे. शक्तिशाली योद्ध्याला त्याच्या तोडीच्या योद्ध्याबरोबरच लढण्याची मजा येते. खरोखरच तू वीर योद्धा आहेस. तुझ्याशी दोन हात करताना मजा येईल.''

यावर हनुमानांचे उत्तर होते, ''मी कसला योद्धा? माझा ठोसा खाऊनही तू अद्याप जिवंतच आहेस.'' या प्रसंगावरून लक्षात येते, की हनुमंताला आपल्या शक्तीपेक्षा लक्ष्यपूर्तीची ओढ अधिक होती.

संजीवनी वनस्पतीच्या शोधात

आता रावणाचा पुत्र मेघनाद (इंद्रजीत) आणि लक्ष्मण यांच्या दरम्यान युद्ध सुरू झाले. इंद्रजीतने ब्रह्मप्रदत्त अमोघ शक्ती लक्ष्मणावर सोडली. तिच्या तडाख्याने लक्ष्मण मूर्च्छित होऊन खाली कोसळले. तेव्हा त्यांच्या इलाजासाठी वैद्याची

आवश्यकता भासली. म्हणून बिभीषणाच्या सल्ल्यावरून लंकानगरीतील सुषेण नावाच्या वैद्यांना त्वरित आणण्याचे कामदेखील हनुमानांवर सोपवण्यात आले. त्या वेळी शत्रूवर उपचार करण्यासाठी कदाचित लंकेमधील वैद्यराज येणार नाहीत, अशी शंका हनुमंतांना वाटून, या संकटापासून वाचण्यासाठी त्यांनी मध्यरात्री सुषेण वैद्यांसह त्यांचे संपूर्ण घरच उचलून आणले. वैद्यराज खडबडून जागे झाले. आपल्या घराबाहेर डोकावल्यानंतर त्यांना खूप आश्चर्य वाटले. समोर युद्धभूमी, बिभीषण आणि मूर्च्छित अवस्थेमध्ये पडलेला लक्ष्मण त्यांना दिसला. त्यानंतर बिभीषणाच्या विनंतीनुसार वैद्यांनी लक्ष्मणाची नाडीपरीक्षा केली आणि सांगितले, ''यांना खूप खोलवर जखम झाली आहे. सूर्योदयापूर्वी एक खास वनस्पती – संजीवनी हिमालयावरून आणली तर यांचा प्राण वाचवता येईल. ही बुटी दिली नाही तर सकाळपर्यंत लक्ष्मणाचा मृत्यू होऊ शकतो.'' त्या वेळी श्रीरामांनी हनुमानाकडे पाहिले. इतक्या कमी वेळात हे काम त्यांच्यापेक्षा अधिक वेगाने आणखी कोण बरे करू शकणार होते! सुषेण वैद्य हनुमानांना म्हणाले, ''हिमालयाच्या द्रोणागिरी पर्वताच्या शिखरावर वनस्पतींचा एक डोंगर आहे. तिथून संजीवनी, सुवर्णकरणी आणि गंधानी नावाच्या औषधी वनस्पती आणाव्या लागतील.''

रात्रीच्या वेळी द्रोणागिरी पर्वतावरून संजीवनी बुटी आणण्याचे काम फारच अवघड होते. परंतु हनुमान निश्चयपूर्वक म्हणाले, ''मी लगेच जाऊन संजीवनी बुटी आणतो. फक्त त्या कशा ओळखायच्या, हे मला सांगावं. हिमालयावर कितीतरी जडीबुटी आहेत. त्यातील संजीवनी वनस्पती कोणती हे मला कसं समजणार?'' तेव्हा जांबुवंत हनुमानांना म्हणाले, ''हिमालय पर्वतावर पोहोचल्यानंतर तुम्हांला ऋषभ आणि कैलास पर्वत दिसतील. त्या दोघांच्या मध्ये औषधींचा अत्यंत तेजस्वी असा द्रोणागिरी पर्वत आहे. तिथे तुम्हांला चार औषधी अशा दिसतील, ज्यांच्यामुळे सर्व दिशा प्रकाशमान राहतात. संजीवनी वनस्पती अंधारात चमकते. या लक्षणावरून तुम्ही ती लगेच ओळखू शकाल.'' तेव्हा हनुमानांनी तत्काळ श्रीरामांच्या चरणांवर मस्तक ठेवून हिमालयाच्या दिशेने उड्डाण केले.

दरम्यान, लक्ष्मण शुद्धीवर यावा यासाठी हनुमान संजीवनी वनस्पती आणण्याकरिता हिमालयाच्या दिशेने गेल्याचे गुप्तहेरांकडून रावणाला समजले. तेव्हा रावण एक चाल खेळला. त्याने मायावी शक्तींच्या मदतीने अशी जादू केली, की द्रोणागिरीवरील सगळ्याच वनस्पती चमकू लागल्या. हनुमान जेव्हा द्रोणागिरीवर पोहोचले तेव्हा तेथील दृश्य पाहून गोंधळून गेले. पर्वतावरील बऱ्याच वनस्पती

लुकलुकत होत्या. हे सगळे कारस्थान रावणाचेच आहे, हे त्यांच्या लक्षात आले. आता काय करावे? संजीवनी वनस्पती घेऊन जाणे आवश्यकच होते. अन्यथा, सकाळपर्यंत लक्ष्मणाचा प्राण गेला असता. म्हणून हनुमानांनी कोणतीही जोखीम घेतली नाही. त्यांनी ताबडतोब आपल्या कुशाग्र बुद्धीचा आणि अपार बळाचा उपयोग करून, तो पर्वतच उखडून संपूर्ण पर्वतासह उड्डाण केले.

हनुमानांच्या ठिकाणी अन्य कुणी असते तर त्याने विचार केला असता, इथपर्यंत आलोच आहोत तर किमान पर्वतावरील सौंदर्याचा आस्वाद तरी घ्यावा, इकडेतिकडे हिंडून आनंद उपभोगावा. परंतु हनुमानांसाठी 'रामकार्य' हेच संपूर्ण ध्येय होते. ते सिद्ध करण्यासाठी बाधक ठरणाऱ्या इच्छाआकांक्षांपासून हनुमान सदैव मुक्त होते.

हनुमान खरे भक्त असल्याने त्यांचे ध्येय केवळ एकच होते, श्रीरामांचे काम मनापासून पूर्ण करणे. म्हणून अनावश्यक गोष्टींमध्ये ते कधीही गुंतत नव्हते.

संजीवनी वनस्पतीसह हनुमान द्रोणागिरी पर्वत उचलून अयोध्येवरून जात होते. त्या वेळी नंदिग्राममध्ये श्रीरामाचा जप करत असलेल्या भरताने एका विशालकाय आकृतीला वरून उडताना बघितले. राज्यासाठी हे एखादे संकट असावे असा विचार करून त्यांनी हनुमानांवर बाण सोडला. श्रीराम... श्रीराम... म्हणत पर्वतासह हनुमान खाली पडले. श्रीरामांचे नाव ऐकताच भरताला आश्चर्य वाटले. त्यानंतर हनुमानांनी भरताला जखमी लक्ष्मणांसंबंधी सांगितले. हे ऐकून सगळी अयोध्यानगरी शोकमग्न झाली. भरत हनुमानांना म्हणाले, "शैल (पर्वता)सहित माझ्या तीरावर आरूढ व्हा. मी तुम्हांला श्रीरामांकडे पोहोचवतो." यावर हनुमान भरताला खरेतर नकारही देऊ शकले असते, परंतु त्यांनी तसे केले नाही. वास्तविक हा त्यांचा मोठेपणाच होता. वंदन करून ते भरताला म्हणाले, '*तव प्रताप उर राखि प्रभु जैहउँ नाथ तुरंत*'.

अशा प्रकारे हनुमान हे क्षणोक्षणी असाध्य काम करतानादेखील प्रभू श्रीरामांच्या पराक्रमाचेच स्मरण करत. अशी होती त्यांची अभिमानरहित प्रभुपरायणता! त्यामुळेच तर संकटांशी सामना करूनही प्रत्येक कार्य ते वेळेवर पूर्ण करत असत.

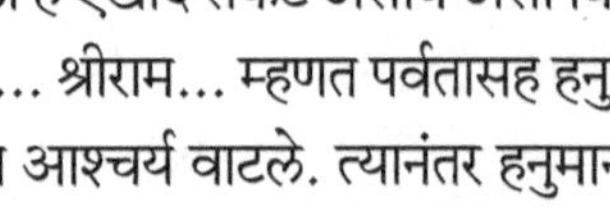

भगवान श्रीरामांनी दिलेली अंगठी मुखामध्ये ठेवून आपण समुद्र उल्लंघला. पण, आपल्यासाठी हे कोणतेही आश्चर्य नाही.

– हनुमान/भक्ती–चालिसा

१८

दहा चेहऱ्यांच्या मायेची ओळख

कुशल सेनानायक : सिद्ध युद्धप्रबंधक – भाग २

महाबली हनुमान द्रोणागिरी पर्वत घेऊन ताबडतोब लंकेमध्ये युद्धस्थळी पोहोचले. वैद्य सुषेण यांनी औषधींद्वारे लक्ष्मणावर उपचार केला. त्यामुळे लक्ष्मणाला स्वास्थ्य प्राप्त झाले आणि ते पुन्हा युद्धासाठी तयार झाले.

पुढे युद्धामध्ये कुंभकर्ण, मेघनाद हे रावणाचे सर्व मोठमोठे योद्धे मारले गेले. शिवाय, रावणाचे प्रख्यात वीर धूम्राक्ष, अवनि, अकंपन, अतिकाय, देवान्तक आणि त्रिशिरा हे प्रमुख राक्षसही हनुमानांच्या हातून मारले गेले. युद्धामध्ये हनुमानांव्यतिरिक्त अंगद, जांबुवंत, नल, नील इत्यादी योद्ध्यांनीही आपापले कौशल्य दाखवले. शत्रुपक्षातील महापराक्रमी योद्ध्यांचा पराक्रम पाहून रावणानेही आपल्या मायावी शक्तीचा उपयोग केला. परिणामी, युद्धाच्या मैदानावर हजारो रावण अवतीर्ण झाले. रावणाने आपलीच अनेक रूपे निर्माण केली.

अचानक प्रकटलेल्या असंख्य रावणांमुळे श्रीरामांची सेना अत्यंत भयभीत झाली. अगोदरच एका रावणामुळे वानरसेना त्रस्त होती, आता तर दहा तोंडांचे असंख्य रावण तयार झाले होते. त्यामुळे घाबरलेली वानरसेना सैरावैरा पळू लागली. युद्धभूमीवर केवळ तेच सैरभैर झाले नाहीत, ज्यांचे लक्ष श्रीरामांच्या हास्यावर होते. कारण, अगणित रावण पाहून भगवान श्रीरामांच्या चेहऱ्यावर हास्य विलसले होते. ज्यांचे लक्ष श्रीरामांवर नव्हते ते, 'आता आपण मरणारच' असा विचार करून घाबरले होते; मात्र, ज्यांचे लक्ष श्रीरामांवर होते ते युद्धभूमीवर स्थिर राहिले. त्यानंतर श्रीरामांनी जेव्हा एक बाण सोडला तेव्हा सगळे नकली, मायावी रावण गायब झाले,

माया नष्ट झाली. पलायन करणारे वानरही परत आले. एकमेकांना धीर देत, 'परत या' असे सांगू लागले.

या प्रसंगातून श्रीरामरूपी सत्यापासून ज्यांचे ध्यान ढळले आहे, त्यांना रावणरूपी माया आपल्या जाळ्यामध्ये पकडतेच, हा संकेत मिळतो. ज्यांचे सत्यश्रवण बंद झाले आहे, त्यांना माया आपल्याकडे खेचतेच. अशा लोकांना हनुमानरूपी सत्यप्रेमी आवाज देऊन बोलावतात, 'पुन्हा सत्यासमीप या, श्रीरामाजवळ या, पलायन करू नका, सत्याला पारखा, पारखी बना.' अशाच प्रकारे युद्धभूमीवरही रावणाची अनेक रूपे पाहून सगळी वानरसेना पळून गेली. पण, श्रीरामांच्या खऱ्या भक्तांनी त्यांना परत बोलावले. युद्धामध्ये वानरसेनेसाठी हे सर्वात मोठे आव्हान होते. जे लोक हे आव्हान ओलांडून पुढे जातात, त्यांच्यासाठी दुसरे आव्हानदेखील समोर ठाकते.

दुसरे आव्हान हे होते, की युद्धामध्ये आता रावणाने दुसरी माया रचली. या वेळी खूप हनुमान तयार केले... हजारो हनुमान! आता त्यांच्यापैकी कोणता खरा हे कसे ओळखणार? ज्यांच्यासोबत हनुमान आहे ते लोक तर त्यांचा आदर करणारच ना! योद्ध्यांसाठी हे एक वेगळेच आव्हान होते. आता सगळेच गोंधळले. लक्ष्मण-बिभीषणांसमवेत सगळे आश्चर्यचकित झाले. सगळ्यांना जिकडेतिकडे हनुमानच-हनुमान दिसू लागले.

त्या वेळी परस्परांना ओळखू शकणारे फक्त दोघेच होते – भक्त आणि भगवान, श्रीराम आणि हनुमान– जे निर्विकार होते. बाकीचे सगळे हनुमान खोटे आहेत, हे केवळ त्यांनाच ठाऊक होते. उर्वरित सर्व सेना रावणाच्या राक्षसी मायेमध्ये गुंतली होती. परंतु हनुमान आणि श्रीराम यांच्यावर मायेचा कोणताही प्रभाव पडला नव्हता. सेनेला अडचणीत पाहून शेवटी श्रीरामांनी बाण सोडला आणि रावणाच्या या मायेलादेखील छेद दिला.

सत्यासोबत राहा, मायेपासून दूर राहा

अशा प्रकारे युद्धाच्या प्रत्येक प्रसंगातून आपल्याला कित्येक संकेत मिळतात. सगळ्यांना त्रास देणारी माया आणि त्रस्त भक्तांना या मायेपासून वाचवणारा भगवंत! या दोहोंमध्ये आपली दृष्टी कुठे असायला हवी? याचे प्रशिक्षण आपण घ्यायला हवे. इथे, मनुष्याने प्रत्येक प्रकारच्या मायेपासून स्वतःचा बचाव कसा करायचा, हा महत्त्वपूर्ण संकेत दिला आहे. कोणत्याही मायेला वशीभूत होऊन तो आकर्षणांकडे आकर्षित होऊ नये. शिवाय, मायेच्या प्रभावामुळे भयभीत होऊन त्याने पीडितही

होऊ नये. तेव्हाच या मायामय भवसागराच्या पलीकडे असलेला सत्य-अनुभव अर्थात प्रभु रामचंद्रांना तो प्राप्त करू शकेल.

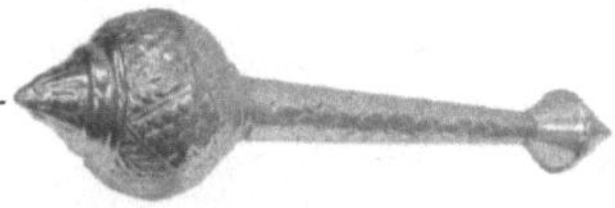

हे पवनपुत्र! मी बुद्धिहीन आपले स्मरण करतो. मला आपण बळ, सद्बुद्धी आणि ज्ञान द्यावे. तसेच माझ्या दुःखांचा आणि दोषांचा नाश करावा.

- हनुमान/भक्ती-चालिसा

खंड ४
खऱ्या नायकाची सेवा, भक्ती आणि शक्ती

१९

शोध मोत्यांत... निवास हृदयात...

निवास रामरूप रामभक्त

श्रीराम-रावण युद्धामध्ये रावणाचा वध होताच युद्ध समाप्त झाले. सीतेला परत आणण्यासाठी श्रीरामांनी हनुमंतालाच पाठवले. आनंदविभोर होऊन हनुमान सीतामातेकडे गेले. मातेला पालखीत बसवून ते सहर्ष त्यांना घेऊन आले. बिभीषणाला लंकेचे राजसिंहासन मिळाले. आता सीता आणि राम यांनीदेखील अयोध्येला परतण्याची तयारी सुरू केली.

हनुमान-भरत भेट

किष्किंधेला जात असताना वाटेत हनुमानांना आपल्या मातेची आठवण आली. मग सगळे जण अंजनीमातेच्या दर्शनासाठी गेले. मातेच्या दर्शनानंतर श्रीरामांनी हनुमानांकडे एक कटाक्ष टाकला. प्रभूंचे काहीतरी काम आहे, हे चाणाक्ष हनुमानाने तत्काळ ओळखले. ते श्रीरामांना म्हणाले, ''आज्ञा द्या, स्वामी.'' तेव्हा श्रीरामांनी हनुमानाला सांगितले, ''तू अयोध्येला जा आणि चौदा वर्षं राज्य करणाऱ्या भरताच्या मनात राज्याविषयी अल्पसा तरी मोह आहे का, ते पडताळून पाहा. तसं असल्यास मी सर्व गोष्टींचा त्याग करून पुन्हा वनामध्ये प्रस्थान करेन.''

श्रीरामांच्या आज्ञेने पवनपुत्र हनुमान ब्राह्मणाच्या रूपात अयोध्येला गेले. चौदा वर्षांचा कालावधी पूर्ण होण्यासाठी अल्पावधीच शिल्लक होता. अयोध्येमध्ये श्रीरामांच्या आठवणींनी व्याकूळ झालेला भरत, श्रीराम परत येत नाहीत असे पाहून अग्नीमध्ये स्वत:ची आहुती देण्याच्या तयारीत होता.

भरताची अशी स्थिती पाहून हनुमान सद्‌गदित झाले आणि त्यांनी श्रीरामांच्या आगमनाची वार्ता त्याला सांगितली. श्रीरामांच्या दर्शनासाठी आतुर झालेल्या भरताने आणि सगळ्या अयोध्यावासीयांनी व्रत-उपवासाचा त्याग केला. आता ते सर्व जण प्रभूंच्या आगमनाची प्रतीक्षा करू लागले. अशा प्रकारे अयोध्यानगरीमध्ये हनुमान योग्य वेळी श्रीरामांच्या आगमनाची वार्ता घेऊन गेले. त्यामुळे भरतासह संपूर्ण अयोध्यावासीयांच्या प्राणांचेही रक्षण झाले. आता श्रीरामांचे दर्शन घडणार या कल्पनेनेच सगळ्यांचे मन प्रसन्न झाले.

अशा प्रकारे हनुमानांच्या विशुद्ध सेवेमुळे श्रीराम, सीता, लक्ष्मण, भरत, कौसल्या आणि अयोध्यावासीदेखील हनुमानाचे ऋणी बनले.

ईश्वराची इच्छा हीच भक्ताची इच्छा

भगवंताची इच्छा जाणून घेतल्यानंतरच भक्त आपल्या ईश्वराची योग्य प्रकारे सेवा करू शकतो. अशाच एका प्रसंगामध्ये आपल्याला हनुमानांच्या श्रीरामसेवेचे आणि भक्तीचे दर्शन घडते.

एकदा विश्वामित्र श्रीराम-लक्ष्मण यांना यज्ञाचे संरक्षण करण्यासाठी सोबत घेऊन गेले तेव्हाची ही गोष्ट. यज्ञाच्या ठिकाणी हाडांचा ढीग पडला होता. तो पाहून, 'ही हाडं कुणाची?' असा प्रश्न श्रीरामांनी विश्वामित्रांना विचारला. त्यावर विश्वामित्रांनी सांगितले, ''राक्षसांनी ज्या ऋषिमुनींचे यज्ञ भंग करून त्यांना ठार मारलं, त्यांची ही हाडं आहेत.'' हे ऐकून श्रीरामांच्या डोळ्यांत अश्रू आले. तत्क्षणी त्यांनी सगळ्या राक्षसांना ठार मारण्याची प्रतिज्ञा घेतली.

या श्रीरामांच्या प्रतिज्ञापूर्तीमध्ये हनुमानांचे खूप मोठे योगदान होते. सगळ्या राक्षसांचा विनाश व्हावा, अशी श्रीरामांची इच्छा होती. त्यांची ही इच्छा पूर्ण करण्यात हनुमानांनीदेखील साहाय्य केले. अशा प्रकारे प्रभू श्रीरामांची सेवा आणि भक्ती याव्यतिरिक्त अन्य कोणत्याही वस्तूची किंवा पुरस्काराची हनुमानांना इच्छा नव्हती.

मोत्यांमध्ये राम कुठे?

श्रीराम अयोध्येला परत आले त्या वेळी घराघरांतून दीपोत्सव साजरा झाला. श्रीरामांच्या राज्यात सर्वांचाच सन्मान केला गेला. त्या वेळी सीतामातेनेही हनुमानांना आपली मोत्यांची मौल्यवान माळ दिली. कारण हनुमानांनीच श्रीरामांचा संदेश लंकानगरीमध्ये नजरकैदेत असणाऱ्या सीतामातेपर्यंत पोहोचवला होता. त्यामुळे

सीतेलाही हनुमानांविषयी आत्यंतिक प्रेम होते. शिवाय, मर्यादापुरुषोत्तमांनाही हनुमान सर्वात प्रिय होते, ते त्यांचे सर्वश्रेष्ठ सेवक होते – ही सर्वमान्य गोष्ट आहे.

त्यामुळेच आंजनेयाला अशी सर्वश्रेष्ठ भेट मिळणे, ही ना आश्चर्याची बाब होती ना ईर्षेची! मात्र, अप्रूप तर तेव्हा घडले, जेव्हा हनुमान एका बाजूला बसून त्या हारातील अत्यंत मौल्यवान मोती आपल्या दातांनी तोडू लागले. प्रत्येक मोती ते फोडून पाहत होते. हे पाहून दरबारातील लोकांना आश्चर्य वाटले. त्यांनी हनुमानाला विचारले, ''हे तू काय करतो आहेस?'' हनुमानांचे उत्तर होते, ''या मोत्यांमध्ये श्रीरामांची प्रतिमा आहे किंवा नाही हे मी पाहत आहे.'' त्या वेळी तिथे उपस्थित असणाऱ्या लोकांमधील एका सोनाराने विचारले, ''समजा, एखाद्या वस्तूमध्ये श्रीरामांची छबी नसेल तर तू ती नष्ट करशील का? तुझ्या शरीरात रामाची छबी नसेल तर तू तुझं शरीरदेखील नष्ट करशील का?''

सदैव प्रभूभक्तीमध्ये लीन असणारे हनुमान त्यांना म्हणाले, ''अवश्य! ज्या वस्तूमध्ये श्रीरामांचं नाम नाही, ती कवडीमोलाचीच आहे. मग ती ठेवून काय उपयोग? माझ्या आतमध्येही श्रीरामांचा निवास नसेल तर माझं शरीरही मी नष्ट करेन.''

मनुष्य ज्याच्या संगतीत राहतो त्याचे गुण त्याला प्रभावित करतात. हनुमान श्रीरामांसोबतच राहत होते, जो निर्विवाद अशा सत्याचाच पक्ष होता. हनुमानांना त्यांच्या विवेकशक्तीमुळे सत्य-असत्य, धर्म-अधर्म यातील फरक ताबडतोब समजायचा. त्यामुळे ते सत्याला पूरक ठरणारेच निर्णय घेत. जगातील कोणतेही प्रलोभन सत्यनिष्ठेपासून त्यांना दूर करण्यास असमर्थ होते. त्यांनी श्रीरामांच्या सत्यमार्गावर चालण्याचाच निर्धार केला होता.

हनुमानांमध्ये श्रीराम आहेत किंवा नाही, हे कसे समजणार? आपल्याला ठाऊक आहे, हनुमानांनी आपली छाती फाडली, तेव्हा तिथे श्रीराम-सीतेचीच प्रतिमा दिसली. अशा प्रकारे श्रीरामनामापासून केसरीकुमाराचे शरीर निर्मिलेले होते, हे सिद्ध होते. त्यांची वस्त्रे, आभूषणे, आयुधे सर्व काही श्रीराम नावापासूनच निर्माण झाली होती. ज्या वस्तूमध्ये श्रीरामाचे नाव नाही, ती पवनपुत्राकडे कशी बरं राहणार?

हनुमानाने आपली छाती फाडून सीता-रामाची छबी दाखवली हे या गोष्टीमध्ये सांगितले आहे. परंतु प्रत्यक्षात असे घडले असेल का? ही तर सांकेतिक भाषा आहे. हनुमान प्रत्येक क्षणी स्वानुभवाच्या (तेजस्थानाच्या) संपर्कातच राहिले हे वास्तव आहे. हृदयामध्ये श्रीरामांची छबी दिसणे म्हणजेच हनुमान प्रत्येक क्षणी सत्याच्या

सान्निध्यात राहत; ते सदैव सत्याचीच सेवा करत; सत्यभक्तीच्या अर्थात राम-नाम-कार्यामध्येच ते नेहमी तल्लीन राहिले; या गोष्टीचे ते प्रतीक आहे.

त्यांच्या मुखातून प्रकटणारी वाणी प्रभू श्रीरामांचीच असे. जे ज्ञान श्रीरामांकडे होते, तेच हनुमानांच्या मुखातूनही व्यक्त होत असे. तो उपदेश हनुमानांकडून ऐकल्यानंतर आणि पारखल्यानंतर, 'हनुमान नव्हे, तर त्यांच्या मुखातून साक्षात श्रीरामच बोलत आहेत' असे लोक म्हणत.

या सर्व आंतरिक (तेजस्थानी) गोष्टी आहेत. त्या समजण्यासाठी आधी आपल्यालाही तेजस्थानाच्या, हृदयाच्या संपर्कात राहावे लागेल. तिथूनच या प्रसंगाचा योग्य आशय जाणून घेता येईल. हनुमानाच्या हृदयामध्ये दिसणारी श्रीरामांची प्रतिमा म्हणजे हनुमान समाधीमध्ये असल्याचे प्रतीक असून त्यांचे शरीर सत्याद्वारे वापरले जाण्याचे द्योतक आहे. प्रभू श्रीरामांच्या ध्यानामध्ये हनुमान तल्लीन तर झाले परंतु त्यांचे शरीरही सक्रिय झाले. आता श्रीराम त्या शरीराचा उपयोग करत होते, हनुमानाच्या मुखातून ज्ञान देण्यासाठी!

अनपेक्षित अशा कितीतरी गोष्टी हनुमानांच्या मुखातून प्रकटत. असे अनेकदा घडत असे. आणि या गोष्टीचे सर्वांना खूप आश्चर्यही होत असे. श्रीरामांना गुरू वसिष्ठांकडून मिळालेले ज्ञान दरबारात हनुमानांच्या मुखातून प्रकटले. त्याचप्रमाणे हनुमानाच्या मुखातून रावणासमोरही अशाच काही गोष्टी बाहेर पडल्या होत्या. जसे, 'तू शरीरामध्येच गुंतून पडला आहेस. श्रीराम प्रत्यक्षात कोण आहेत, हे जाणण्याचा प्रयत्न कर.' हे वक्तव्य ऐकून रावणाला ती गोष्ट समजली नाही, जी रामनगरीतील सगळ्या लोकांनी जाणली होती. हनुमानांमध्ये प्रभू श्रीरामच प्रकट झाले आहेत, हा ठाम विश्वास सगळ्यांमध्ये होता. त्या वेळी हनुमान म्हणाले, ''त्यांच्या आतम ध्ये श्रीराम नसतील तर या देहाचा यत्किंचितही उपयोग नाही. शिव नसलेलं शरीर म्हणजे जणू शवच आहे.'' हनुमानांनी हे सिद्धही करून दाखवले.

आपण श्रीरामाच्या महालाचे राखणदार आहात. आपल्या आज्ञेशिवाय तिथे कुणीही प्रवेश करू शकत नाही.

- हनुमान/भक्ती-चालिसा

२०

रामराज्याचा पहारेकरी
आत्मनियंत्रण कसे प्राप्त कराल ?

हनुमानाच्या सगळ्या भूमिकांमध्ये आणखी जी एक मुख्य भूमिका आहे, ती 'द्वारपाला'ची! श्रीरामांच्या सेवेत हनुमान द्वारावर उभे आहेत आणि आत येणाऱ्या-जाणाऱ्यांवर त्यांच्या तीक्ष्ण नजरेचा कडा पहारा असे. एका सजग पहारेकऱ्याच्या रूपात हनुमान, श्रीरामांच्या दरबारामध्ये तीक्ष्ण पहारा ठेवत. कुणाही अपात्र मनुष्याने तेथे प्रवेश करू नये, अयोग्य हेतू मनात बाळगणारा परवानगीशिवाय रामराज्यात घुसू नये, याकडे ते बारकाईने लक्ष देत. या जबाबदारीपूर्ण कार्यासाठी द्वारपालामध्ये विवेक, बुद्धी आणि सजगता या गुणांची आवश्यकता असते.

सत्याच्या दरबारात प्रवेश मिळवण्याआधी मनुष्याला आपली पात्रता सिद्ध करावी लागते. सांगितलेल्या नियमांचे पालन करणाऱ्यांनाच या दरबारात प्रवेश मिळतो. अपात्रांना, नियमांकडे कानाडोळा करणाऱ्यांना, सत्य (श्रीरामाच्या) दरबारात प्रवेश निषिद्ध आहे. अन्यथा, अपात्रांना दिलेले ज्ञान (रामदर्शन) सार्थक ठरत नाही. कारण त्यांना योग्य प्रकारे ज्ञानाचे आकलन होत नाही. म्हणून इतरांपर्यंत अनुचित ज्ञान पोहोचवण्याचा धोका कायम राहतो. त्यामुळे कुणाचेही नुकसान होऊ नये यासाठी नियमांची आवश्यकता आहे. यासाठीच पात्रतेची गरज असते. तसेच सजग लोकांना पारखणाऱ्या विवेकी द्वारपालाची आवश्यकता हनुमान पूर्ण करतात.

सजगता आणि विवेक यांच्या जोडीला द्वारपालामध्ये आवश्यक असणारा तिसरा गुण म्हणजे बळ. द्वारपाल नेहमी ताकदवान असावा; जेणेकरून कुणीही बलपूर्वक आतमध्ये घुसणार नाही. ईश्वराशी भेट घडवणारे हनुमानांसारखे द्वारपाल,

कोणत्याही ताकदवान अपात्राला, क्षमता नसलेल्या मनुष्याला परवानगीशिवाय आत प्रवेश देत नाहीत. त्याला अडवण्यासाठी ते समर्थ असतात.

सद्गुणी द्वारपाल

हनुमान, चुकीच्या गोष्टींना प्रवेश देण्यापासून रोखणारे द्वारपाल आहेत. सर्व प्रकारच्या दुर्गुणांना बाहेरच थोपवून सद्गुणांना आत प्रवेश द्यायला हवा. सत्यप्राप्तीसाठी एखाद्या अनोळखी, अपात्र व्यक्तीला प्रवेश जसा निषिद्ध असतो, त्याचप्रमाणे दुर्गुणांनाही आपल्यापासून दूर ठेवण्यास अडवायला हवे.

आपल्यालाही हनुमानांसारखेच द्वारपाल बनायचे आहे, जो दुर्गुणांना आतमध्ये प्रवेश देण्यासाठी कडक मनाई करेल. मनुष्याला त्याच्या ध्येयापासून परावृत्त करणारे दुर्गुणच असतात. त्यामुळे त्यांना लक्ष्मणरेषेबाहेरच ठेवायला हवे.

हनुमानाप्रमाणेच आपल्यालाही शारीरिक आणि मानसिकरीत्या कणखर बनायला हवे; जेणेकरून एखाद्याने कोणत्याही प्रकारच्या व्यसनाच्या जाळ्यात आपल्याला अडकवण्याचा प्रयत्न केला तर आपण त्याचा प्रतिकार करू शकू. काही लोक मैत्रीच्या नावाखाली इतरांना व्यसनाधीन बनवतात. मित्र भेटले, पार्टी केली, इच्छा नसतानादेखील जबरदस्तीने मद्यपान करायला भाग पाडले... परिणामी, मनुष्य व्यसनी बनत जातो. म्हणून चुकीच्या गोष्टींचा कठोरपणे प्रतिकार करण्याइतके बळ आपल्यामध्ये असायलाच हवे. द्वारपाल अत्यंत प्रभावशाली असतो. म्हणूनच अयोग्य मित्रांनी केलेले आग्रह किंवा बळजबरी तो दृढतेने मोडून काढतो.

आपल्याला कुणीही व्यसनाच्या नादी लावूच शकणार नाही, इतके आपले शरीर आणि मन मजबूत, खंबीर असायला हवे. आपल्यावर सदैव चांगल्याच मित्रांचा प्रभाव असेल, जे कधीही चुकीच्या गोष्टीचा आग्रह करणार नाहीत; आणि वाईट मित्र आपल्या सावलीला उभे राहण्याचीही हिंमत करणार नाहीत. केवळ चांगल्या मित्रांचीच संगत आपल्याला लाभेल इतके प्रतिभाशाली बना. ज्यामुळे ते 'आमच्या ग्रुपमध्ये आपणही या' असा आपल्या मैत्रीचा आग्रह धरतील.

श्रीगुरुचरणकमलाच्या धुळीने मनाचा दर्पण पवित्र करून मी धर्म अर्थादि फळे देणाऱ्या श्री रघुवीरांच्या निर्मळ यशाचे वर्णन करतो.

- हनुमान/भक्ती-चालिसा

२१

सेवेमध्ये वचनबद्धता

रामकथा श्रवण वरदान

एकदा सीता आपल्या महालामध्ये बसलेली होती. तेव्हा भरत, लक्ष्मण आणि शत्रुघ्न तिघेही तिला भेटायला आले. तिघांना एकत्र पाहून सीतेने भेटीचे प्रयोजन विचारले. यावर त्या तिघांनी विनंतीपूर्ण शब्दांत सांगितले, "हनुमान अयोध्येला आल्यानंतर आमच्या ज्येष्ठ भ्रात्याची सेवा करण्याची एकही संधी ते सोडत नाही. श्रीरामांच्या तोंडून आज्ञा बाहेर पडण्याचा अवकाश... हनुमान एकटेच ती सगळी कामं तत्परतेने पूर्ण करतात. त्यामुळे श्रीरामांच्या सेवेच्या कामाची विभागणी व्हावी अशी आमची इच्छा आहे. कोणतं काम कुणी करावं हे आपणच ठरवा. तेव्हाच आम्हांला सगळ्यांना श्रीरामांच्या सेवेची संधी मिळेल."

अशीच तक्रार दरबारातील लोकांनीही केली होती. "केवळ हनुमानांनाच श्रीरामांच्या सेवेची संधी मिळते. या सेवेपासून तर हनुमानांनी आम्हांला वंचितच ठेवलं आहे. त्यामुळे हनुमानांना आता कोणतीही सेवा दिली जाऊ नये."

शेवटी या तक्रारींवर उपाय शोधला गेला. सगळ्यांना वेगवेगळ्या प्रकारची कामे विभागून दिली. सगळी कामं एका पत्रावर लिहून, ती श्रीरामांकडून मान्य करून, त्यावर राजमुद्रा उमटवून, अमुकअमुक माणसाला हे हे काम सोपवावे असे कायदेशीररीत्या निश्चित केले. हनुमानांना सर्व प्रकारच्या सेवेपासून वंचित ठेवल्याचे मात्र श्रीरामांना सांगितले नाही. श्रीरामांचे हस्ताक्षर, राजमुद्रा उमटवलेल्या त्या पत्राचे राजसभेमध्ये जाहीर वाचन झाले. त्यानुसार कोणते सेवाकार्य कुणी करायचे हे सर्वांनाच समजले. तितक्यात हनुमान तिथे श्रीरामांची सेवा करण्यासाठी आले. ते

रामांचे पाय चेपण्यासाठी त्यांच्या पायाजवळ बसणार तितक्यात लक्ष्मण म्हणाले, "हे आंजनेय! आजपासून सगळ्या सेवांची विभागणी झाली आहे. आपल्याला जेवढं कार्य सोपवलं आहे तेवढंच आपण करावं."

त्यानंतर कोणत्याही सेवेसाठी हनुमान सरसावल्यावर त्यांना, 'ही सेवा आपल्यासाठी नाही,' असे सांगण्यात आले. 'का नाही?' असा प्रश्न विचारल्यावर, 'हे पत्र वाचा. त्यामध्ये तसं लिहिलं आहे', हे सांगितले जात असे.

त्यावर हनुमानांनी दरबारात उपस्थितांना विचारले, "मग माझ्यासाठी कोणती सेवा आहे?" तेव्हा त्यांना सांगितले, "यामध्ये लिहिलेल्या सेवांव्यतिरिक्त ज्या सेवा शिल्लक राहतील, त्या आपण अवश्य करा."

हनुमानदेखील चाणाक्ष, चतुर आणि तीक्ष्ण बुद्धीचे होते. त्यांना तर फक्त श्रीरामांची सेवा करण्यामध्ये रस होता, मग ती कोणत्याही प्रकारची सेवा असो. थोडा वेळ विचार केल्यानंतर ते दरबारातील लोकांना म्हणाले, "यामध्ये लिहिलेली नाही अशी एक सेवा शिल्लक आहे." दरबाऱ्यांनी उत्सुकतेने विचारले, "कोणती सेवा?" तेव्हा हनुमानांनी सांगितले, "प्रभू रामांना जेव्हा जांभई येईल त्या वेळी त्यांच्या तोंडासमोर मी चुटकी वाजवेन, हीच त्यांच्या प्रति घडणारी माझी सेवा असेल."

मग काय... कधी श्रीराम जांभई देतील आणि कधी मी चुटकी वाजवेन, अशा विचारात हनुमान वज्रासनामध्ये श्रीरामांच्या बाजूला बसले. श्रीरामांनी बघितले, सेवक तर बाजूला बसला आहे आणि त्या बिचाऱ्याला कोणतीही सेवा नाही. मग या सेवकाला सेवेची संधी मिळावी म्हणून त्यांनी जाणूनबुजून अधूनमधून जांभई द्यायला सुरुवात केली.

यावर लोक कुजबुजू लागले, 'हनुमानांमुळे श्रीरामांना असुविधा होत आहे.' तेव्हा काही लोकांना आपल्या वागण्याची थोडीफार लाजही वाटली. परंतु आपल्या सेवेमध्ये मग्न असलेले हनुमान श्रीरामांच्या मागे-मागे मजेत फिरत राहायचे. जिथे श्रीराम, तिथे हनुमान!

रात्रीच्या वेळी सीतेने हनुमानांना सांगितले, 'आता तू जा.' यावर हनुमानांनी म्हटले, "मी कसा जाणार? मी तर श्रीरामांसोबतच राहणार. येथेच पलंगाच्या बाजूला बसून राहीन." आता सगळ्यांनाच हे नवीन संकट वाटले. हनुमान तिथून अजिबात हलत नव्हते. ते म्हणाले, "श्रीरामांना कधीही जांभई येऊ शकते. तेव्हा मला चुटकी वाजवायला येथेच थांबायचं आहे. जोपर्यंत त्यांना झोप येत नाही, मी इथेच बसून

राहणार.'' यावर सीतेने इतर लोकांना बोलावले. सगळ्यांनी त्यांना समजावून, श्रीरामांच्या महालातून बाहेर आणले. मग हनुमानांनी विचार केला, श्रीरामांना तर कधीही जांभई येऊ शकते. त्यामुळे ते रामांच्या महालासमोरील भवनाच्या छतावर जाऊन बसले. जेव्हा श्रीरामांना जांभई येईल, तेव्हा माझ्याकडून आपोआपच सेवा घडेल, या विचाराने ते सतत चुटकी वाजवत राहत.

अशा प्रकारे संपूर्ण रात्र छतावर बसून ते एकीकडे कीर्तन करत होते तर दुसरीकडे चुटकीही वाजवत होते. त्यांच्या कीर्तनाला जसजसा रंग चढत गेला, तसतशी चुटकी वाजवण्याची गतीदेखील वाढली. मात्र, तिकडे श्रीरामांची अवस्था अत्यंत बिकट झाली. त्यांना जांभयांवर जांभया येऊ लागल्या. आता तर हनुमानांची चुटक्या वाजवण्याची गती इतकी तीव्र झाली होती, की रामाचे तोंडच उघडे राहिले. ते काही केल्या बंदच होईना. सीतेने ताबडतोब वैद्यांना पाचारण केले. राजवैद्यांनी रामांना तपासले. पण श्रीरामांना हा कोणता आजार झाला आहे हे त्यांनादेखील समजेना. कारण सगळे उपाय करूनही श्रीरामांचे तोंड बंदच होत नव्हते.

त्यानंतर श्रीरामांचे गुरू वसिष्ठ यांना आमंत्रित केले गेले. त्यांना सगळी समस्या सांगितली. गुरू वसिष्ठांनी परिस्थितीचा अंदाज घेऊन सर्वत्र बघितले. तिथे सर्व जण उपस्थित होते, हनुमान मात्र कुठे दिसत नव्हते. तेव्हा त्यांनी विचारले, ''हनुमान कुठे आहेत? त्यांना बोलवा.'' हनुमानांचा शोध घेतला गेला. त्या वेळी ते छतावर, आपल्या समाधीमध्ये, कीर्तनामध्ये चुटक्या वाजवत मग्न झालेले दिसले. गुरू वसिष्ठांद्वारे संदेश पाठवून हनुमानांना 'ताबडतोब चुटकी वाजवणे बंद करा', असे सांगितले गेले. हनुमानांनी चुटकी वाजवण्याचे बंद करताच श्रीरामांचे तोंडही आपोआपच बंद झाले. मग सगळ्यांनीच सुटकेचा नि:श्वास सोडला. नक्की काय घडले होते हे आता सर्वांच्या लक्षात आले. हे सगळे बघितल्यावर हनुमानांना रडूच कोसळले. प्रभू रामांचे चरण पकडून त्यांनी क्षमा मागितली. त्या वेळी सीता अत्यंत प्रेमाने त्यांच्या पाठीवरून हात फिरवत म्हणाली, ''हनुमाना! तुझ्या इच्छेनुसार तुला प्रभू श्रीरामांची जी सेवा करायची असेल ती कर. तुझ्या सेवेमध्ये कुणीही हस्तक्षेप करणार नाही, कुठलीही बाधा येणार नाही.''

एका भक्तासाठी सेवाच सर्वतोपरी असते. हनुमानांकडून जी सेवा घडली, ती कशी होती? त्यांनी श्रीरामांच्या सेवेला आपल्या जीवनाचे मूळ लक्ष्य बनवले. सेवेसाठी समर्पित होऊन त्यांनी स्वत:ला *'राम काज करिबै को आतुर'* रामकार्यासाठी तत्पर, आतुर बनवले.

सेवेबरोबरच त्यांनी अन्य भूमिकादेखील निभावल्या. बालपणापासून श्रीराम-रावण संग्रामापर्यंत त्यांनी जी भूमिका किंवा चरित्र निभावले, ती सर्व समजून घेणे आवश्यक आहे. हनुमान सत्योन्मुखी होते, सत्यनिष्ठ होते आणि सदैव सत्याला अनुकूल असेच आचरण करत राहिले.

या सर्व कथांच्या माध्यमातून सेवेचे महत्त्व किती अनन्यसाधारण आहे, हे सांगण्याचा प्रयत्न केला आहे. सेवेमध्ये वचनपालन किती महत्त्वाचे आहे, सेवेमध्ये वचनबद्धता कशी हवी? हनुमानांसारखी! सामान्यतः लोक वचन तर देतात; पण त्याचे पालन करायला विसरतात. काही लोक मोबाईल बंद करून बसतात. इतर लोक त्यांना संपर्क साधण्याचा प्रयत्न करतात, 'अरे कुठे आहेस? काम घेऊन गेलास, अजून आला नाही. वेळेवर काम न झाल्याने किती नुकसान होत आहे...' अशा लोकांसाठी हनुमानांची वचनबद्धता ही खूप मौलिक शिकवण आहे. वचनबद्धता कशी असायला हवी, हे हनुमानांनी कृतीतून दर्शवले. सेवा करायचीच असेल तर अनंत अडचणी असूनही ती होऊ शकते. हाच आहे हनुमानांचा सेवाभाव! ज्याच्यासाठी प्रभू श्रीरामांनी सद्‌गदित स्वरांत हनुमानांना विचारले होते, 'तुझे माझ्यावर इतके उपकार आहेत की पंचप्राण देऊनही मी त्यातून कधी मुक्त होऊ शकत नाही. आता तूच सांग मी तुला काय देऊ?''

त्या वेळी हनुमानांनी नम्रपणे सांगितले, ''प्रभू माझी केवळ एकच इच्छा आहे, की जिथे रामकथा सुरू असेल, तिथे मी श्रवणासाठी उपस्थित राहावं. याव्यतिरिक्त मला काहीही नको.'' याच कारणास्तव जिथे जिथे रामकथा वाचली जाते, तिथे तिथे हनुमान भक्तांच्या रूपात ती ऐकण्यासाठी अवश्य उपस्थित राहतात, ही बाब तर विश्वविख्यात आहे.

जो मन-वचन-कर्म याद्वारे आपले ध्यान करतो, आपण त्याची दुःखातून-संकटांतून सुटका करता.

- हनुमान/भक्ती-चालिसा

२२

गर्वहरण-कथांचा योग्य आशय

शनीदेव आणि भीम यांचे गर्वहरण

एके दिवशी सूर्यपुत्र शनीमहाराज, हनुमानांच्या जवळून जात होते. हनुमान श्रीरामांच्या ध्यानामध्ये लीन होऊन तपस्या करत होते. तितक्यात शनीमहाराजांनी त्यांना ध्यानातून उठवले. तेव्हा हनुमान त्यांना विनम्रतेने म्हणाले, 'मी श्रीरामांचं स्मरण करत आहे. आपल्याला कोणती अडचण आहे ते सांगावं.' त्यावर शनीमहाराज हनुमानांना म्हणाले, ''माझ्याशी युद्ध कर.'' कारण, तेव्हा शनीमहाराज उग्र तपस्या करून आले होते. अहंकारामध्ये लोक जसे अकारण कुणालाही आव्हान देतात, तसेच शनीदेवानेही युद्धासाठी हनुमानांना ललकारले.

हनुमानाने शनीदेवांना खूप समजावले. कारण शनी हे हनुमानांचे गुरू सूर्यदेव यांचे पुत्र होते. तरीही शनीदेव मागे सरले नाहीत. त्यामुळे दोघांमध्ये तुंबळ युद्ध सुरू झाले. त्या युद्धात हनुमानांनी आपल्या शेपटीने शनीदेवांना गुंडाळून पर्वतावर जोरात आपटले. त्या वेळी शनीची अवस्था इतकी वाईट झाली, की त्यांनी, 'आता मला सोडून द्या,' अशी विनंती हनुमानांना केली. तेव्हा हनुमान म्हणाले, ''एकाच अटीवर तुला सोडेन. इथून पुढे तू कोणत्याही भक्ताच्या राशीमध्ये जाणार नाहीस. भक्ताला कधीही त्रास देणार नाहीस. भक्तांव्यतिरिक्त अन्य कुणाच्याही राशीमध्ये गेलास तर चालेल.''

शनीदेवांबाबत लोकांची अशी धारणा आहे, की शनीमहाराज लोकांच्या वेगवेगळ्या राशींमध्ये जातात. त्यामुळेच तर, शनीची दशा सुरू आहे... साडेसाती सुरू आहे... शनी महाराजांचा प्रकोप झाला आहे... त्यांची शांती करून घ्या... तेल

वाहा, असे म्हणतात.

अशा प्रबळ शनींची अवस्था हनुमानांनी अगदी हीनदीन बनवली. हनुमानांशी युद्ध करून ते इतके थकले, की त्यांनाच आता तेल-मॉलिश करण्याची गरज भासली. शेवटी शनीने भगवान हनुमानांची माफी मागितली. त्याचबरोबर 'आजपासून कोणत्याही खऱ्या भक्ताच्या राशीमध्ये मी जाणार नाही' असे वचनही दिले.

हनुमानाने अतिशय चातुर्याने संधीचा लाभ करून घेतल्याचे या प्रसंगातून दिसते. शनीमहाराजांचे गर्वहरण करून त्यांनी केवळ आपल्याच लाभाचा विचार केला नाही, तर संपूर्ण पृथ्वीवरील खऱ्या भक्तांनादेखील लाभ मिळाला. कोणत्याही खऱ्या भक्ताच्या राशीमध्ये शनीदेव जाऊच शकत नाही, असे वचन घेऊन त्यांना बंधनमुक्त केले.

असे हनुमान स्वत: भक्त तर होतेच; तसेच भक्तांचेदेखील भक्त होते. म्हणजे भक्तालादेखील त्रास होऊ नये अशी व्यवस्था त्यांनी केली. संधीचा लाभ घेऊन त्यांनी शनीकडून हा आपले म्हणणे मान्य करवून घेतले.

या प्रसंगावरून, हनुमानांनी भक्तीबाबत नावीन्यपूर्ण तडजोड घडवून त्याचा लाभ कित्येकांना करून दिला, हे सिद्ध होते. हनुमानांनी शनीमहाराजांच्या अहंकाराचा जसा नि:पात केला, त्यावरून लोकांच्या अहंकाराला छेद देण्यासाठी ते निमित्त बनले.

भीमाचे गर्वहरण

पांडव वनवासात असताना एके दिवशी ते नरनारायणाच्या आश्रमात गेले. तितक्यात हवेच्या झुळकीने एक कमलपुष्प त्यांच्या समोर येऊन पडले. ते फूल द्रौपदीने हातात घेतले. त्या फुलाच्या असीम सौंदर्याने आणि मनमोहक दरवळाने लुब्ध होऊन द्रौपदी भीमाला म्हणाली, ''मला अशी आणखी दोन-चार पुष्पं हवीत. ही दिव्य कमलं पाहून सर्वांनाच खूप आनंद होईल.''

हे ऐकून भीमाने आपली गदा उचलली आणि ज्या दिशेने हवेच्या झोताबरोबर ते कमलपुष्प येऊन पडले त्या दिशेने तो निघाला.

थोडे अंतर कापल्यानंतर भीम एका अरुंद मार्गावर पोहोचला. तेव्हा त्याने बघितले, हनुमान आपली मोठी शेपटी पसरून रस्त्यात झोपले होते. त्या वेळी भीमाने गर्जना करून हनुमानाला आपली शेपटी बाजूला घ्यायला सांगितली.

यावर हनुमान भीमाला म्हणाले, ''अरे, तू माझी झोपमोड का केलीस? कोण आहेस तू? कुठून आला आहेस? इथून पुढचा मार्ग मनुष्याला चालण्यासाठी योग्य

नाही.''

यावर भीम हनुमानांना म्हणाला, 'मी तुला मार्गही विचारला नाही; ना पुढं जाण्याबाबतचा सल्ला! मी तुला फक्त तुझी शेपटी बाजूला घ्यायला सांगितली आहे.''

भीमाचा गर्व दूर करण्यासाठी हनुमान त्याला म्हणाले, ''मी म्हातारा झालो आहे. मला शेपूट हलवणंदेखील शक्य नाही. त्यामुळे तू तिच्यावरून चालत जा.''

हे ऐकून भीम म्हणाला, ''मला शास्त्र ठाऊक आहे. सगळ्या प्राण्यांमध्ये परमेश्वराचा अंश असतो. मी तुझ्या शेपटीवरून जाऊ शकत नाही.''

यावर हनुमानांनी हसत-हसत भीमाला आपली शेपटी एका बाजूला करायला सांगितली. त्यांच्या अशा वागण्याचा भीमाला खूप राग आला. सहजपणे उचलता येईल या विचाराने भीमाने शेपटीला हात लावला. पण आपली संपूर्ण शक्ती पणाला लावूनही शेपूट जागेवरून किंचितही हलले नाही. त्या वेळी भीमाने हनुमानाला विचारले, ''हे कपिश्रेष्ठ, आपण कोण आहात?''

हनुमानाने भीमाला आपला परिचय देत सांगितले, ''मी केसरी आणि अंजनी यांचा पुत्र हनुमान आहे.'' लज्जित झालेल्या भीमाने हनुमानांना नमस्कार केला आणि समुद्र उल्लंघनाच्या वेळेचे त्यांचे विराट रूप दाखवण्याची विनंती केली. भीमाच्या विनंतीवरून हनुमानांनी आपले विशाल रूप धारण केले. पण त्या दिव्यत्वापुढे भीमाचे डोळे आपोआपच मिटले गेले.

मग हनुमानांनी भीमाच्या मस्तकावर हात ठेवून त्याला सुगंधित कमलपुष्पांचा मार्ग सांगितला. तसेच मार्गातील अडचणींबाबतही सावध केले. हनुमानांनी मस्तकावर हात ठेवताच भीमाचा सगळा थकवा दूर झाला. त्याचा गर्व तर अगोदरच नष्ट झाला होता. त्यानंतर हनुमानांनी त्याला वर मागण्यास सांगितले. त्या वेळी भीमाने हनुमानाकडे युद्धामध्ये शत्रूचा पराभव करण्याचे सामर्थ्य मागितले. यावर हनुमानांनी त्यांना यशस्वीतेचा आशीर्वाद तर दिलाच, त्याचबरोबर युद्धाच्या वेळी अर्जुनाच्या रथावर बसून हनुमान सर्वांचे संरक्षण करतील असे आश्वासनही दिले.

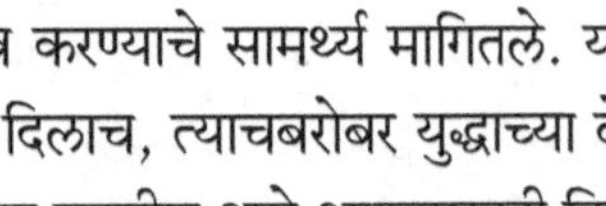

राजा श्रीरामचंद्र विश्वामध्ये सर्वश्रेष्ठ आणि तपस्वी राजा आहेत, त्यांच्या समस्त कार्यांना आपण पूर्णत्वाचे गोंदण दिले.

- हनुमान/भक्ती-चालिसा

२३

गर्वहरण लीला

सुदर्शन चक्र, गरुड, सत्यभामा आणि अर्जुनाचे गर्वहरण

भगवंताला अहंकारी भक्त अप्रिय असतात. त्यांना योग्य दिशेकडे वळवण्यासाठी भगवान वेळोवेळी त्यांचे गर्वहरण करतात. पुढील कथेतून हाच संदर्भ अधिक स्पष्ट होईल.

श्रीकृष्णाची पत्नी सत्यभामा हिला आपल्या रूपसौंदर्याचा फार अभिमान होता. श्रीकृष्णांनी एकदा तिच्यासाठी स्वर्गातून पारिजातक वृक्ष आणला. त्या वेळी तर ती गर्वाने अधिकच फुलली. एके दिवशी ती श्रीकृष्णाला म्हणाली, ''श्रीराम अवतारामध्ये श्रीराम जेव्हा सीतेसाठी फार व्याकूळ, दु:खी झाले होते. तेव्हा ती माझ्यापेक्षाही अधिक सुंदर दिसत होती का?'' यावर कृष्ण काहीही बोलले नाहीत. मात्र सत्यभामेचे गर्वहरण करायलाच हवे, ही गोष्ट त्यांच्या लक्षात आली.

दरम्यान गरुड आणि सुदर्शन चक्र हे दोघेही आपल्या तीव्र वेगाने व सामर्थ्यामुळे गर्विष्ठ झाले आहेत, हेदेखील श्रीहरींच्या लक्षात आले. गरुड पक्षी, सुदर्शन चक्र आणि राणी सत्यभामा या तिघांचाही अहंकार नष्ट करण्याच्या उद्देशाने श्रीकृष्णांनी गरुडाला हनुमानांकडे पाठवायचे ठरवले.

ते गरुडाला म्हणाले, ''हनुमानाकडे जा आणि श्रीकृष्णांनी बोलावलं आहे असा संदेश त्यांना दे.'' श्रीकृष्णाचा संदेश घेऊन गरुड हनुमानाकडे गेला. हनुमानाने त्याला विचारले, ''कोण श्रीकृष्ण? मी कोणत्याही कृष्णाला ओळखत नाही. मी माझ्या भक्तीमध्ये तल्लीन आहे. माझ्या भक्तीमध्ये उगाच विघ्न आणू नकोस.'' तरीही गरुड म्हणाला, ''तुला यावंच लागेल. कसा येत नाहीस तू?'' यावर दोघांमध्ये खूप

वादविवाद झाला. परिणामी, गरुडाला खूप मार खावा लागला. शिवाय, हनुमानांनी त्याला आपल्या शेपटीला गुंडाळून समुद्रात फेकून दिले.

घायाळ, वैतागलेला गरुड श्रीकृष्णांकडे परत आला. त्यांना सगळी हकिकत सांगितली आणि हनुमान येत नसल्याचेही सांगितले. गरुडाला आपल्या पराक्रमाचा अत्यंत गर्व होता. परंतु आता त्याचा गर्व थोडा कमी झाला होता. तरीही, त्याला वाटले, हनुमान पहिलवान, पराक्रमी असेल. पण माझ्यासारखी तीव्र गती त्याची नक्कीच नसेल.

अशा प्रकारे गरुडाचा अहंकार समूळ नष्ट करण्याच्या हेतूने श्रीकृष्ण त्याला म्हणाले, ''बरं त्याच्याकडे परत जा आणि त्याला सांग, रामाने बोलावलं आहे.' कारण तीव्र गती खरोखरच कुणाची आहे, हे आता गरुडाला समजणार होते. प्रत्यक्षात ही सर्व श्रीकृष्णाचीच लीला होती.

त्यानंतर श्रीकृष्णांनी सत्यभामेला सांगितले, ''हनुमान इतक्यात येतीलच. तू सीतेच्या रूपात माझ्या शेजारी बैस.'' गरुड पुन्हा हनुमानाकडे गेला आणि त्यांना सांगितले, ''आपल्याला श्रीरामांनी बोलावलं आहे.'' यावर हनुमान लगेच निघाले. गरुड आपल्या तीव्रतम गतीसाठी विख्यात होता. त्याने विचार केला, हनुमान तर निश्चितच माझ्या आधी श्रीकृष्णांकडे पोहोचणार नाही. आपला पराक्रम आणि ताकदीइतकाच त्याला आपल्या तीव्र गतीचाही गर्व होता, म्हणून त्याचेदेखील गर्वहरण झाले. गरुड पोहोचण्याच्याही खूप आधी हनुमान कृष्णभवनाच्या द्वारावर जाऊन पोहोचले. तिथे सुदर्शन चक्रही पहाऱ्यावर सज्ज होते. 'श्रीकृष्णरूपी विष्णूंच्या सेवेत आपण सतत मग्न असतो. आपल्याकडे अदम्य वेग आणि बल आहे' याचा गर्व सुदर्शन चक्रालाही होता. हनुमान द्वारापाशी येताच चक्राने त्यांना अडवण्याचा प्रयत्न केला. परंतु डोळ्यांची पापणी लवते न लवते तोच हनुमानांनी सुदर्शन चक्र आपल्या तोंडात ठेवले. अशा प्रकारे सुदर्शन चक्राच्या अहंकाराचाही चक्काचूर झाला.

त्यानंतर हनुमान आतमध्ये पोहोचले. श्रीकृष्ण रूपात असलेल्या श्रीरामचंद्रांना त्यांनी तत्काळ ओळखले. श्रीरामांच्या, श्रीकृष्ण रूपाला त्यांनी नमस्कार केला आणि विचारले, ''सीतामाई कुठं आहेत? या दासीला आपण आपल्याजवळ का बसू दिलं?'' हे ऐकून सत्यभामा आश्चर्यचकित झाली. त्यानंतर तिचाही आपल्या सौंदर्याचा असणारा वृथा अभिमान गळून पडला.

त्या वेळी श्रीकृष्णांनी हनुमानांना विचारले, ''तुला द्वारावर कुणी अडवलं

नाही?'' हनुमान म्हणाले, ''हो, याने अडवलं होते मला...'' असे म्हणून आपल्या तोंडातून चक्र काढून त्यांनी समोर ठेवले. हनुमानांनंतर बऱ्याच वेळाने गरुड महालात पोहोचला. घडलेल्या घटनेमुळे त्याला खूपच लज्जास्पद वाटत होते. अशा प्रकारे तिघांच्या गर्वहरणाची ही कथा 'अहंकाराची निरर्थकता' सूचित करते. यासाठीही अर्थातच हनुमान निमित्त बनले.

अर्जुनाचे गर्वहरण

महाधनुर्धारी अर्जुन एके दिवशी एकटेच रथ घेऊन रामेश्वरला गेले होते. धनुषकोडी तीर्थामध्ये स्नान करून ते तेथे फिरत होते. त्या वेळी त्यांना सामान्य वानराच्या रूपात हनुमान जप करताना दिसले. त्या वानराजवळ जाऊन अर्जुनाने विचारले, ''हे वानर! आपण कोण आहात आणि आपलं नाव काय?''

अर्जुनाच्या या प्रश्नावर हनुमानांनी उत्तर दिले, ''मी समुद्रावर शंभर योजनांचा पूल बांधून श्रीरामांची अहर्निश सेवा करणारा हनुमान आहे.'' यावर अर्जुन गर्वाने म्हणाला, ''त्यात काय एवढं, समुद्रावर सेतू कुणीही बांधू शकतं. मी असतो तर बाणांनीच पूल तयार केला असता.''

यावर हनुमान म्हणाले, ''बाणांच्या पुलाला आमच्यासारख्या वानरांचं वजन कसं पेलवणार? आमच्यासाठी तर दगडाचाच पूल उपयुक्त आहे.'' त्यावर अर्जुन म्हणाला, ''वानरांचं वजन पेलू शकणारा पूल ज्याला बांधता येणार नाही तो कसला धनुर्धर? आता मीच तुम्हांला धनुर्विद्येचा चमत्कार दाखवतो. मी बाणांचा असा पूल बनवतो ज्याच्यावर आपणही उड्या माराल.''

हे ऐकून अर्जुनाचा गर्व दूर करण्याच्या हेतूने हनुमान त्याला म्हणाले, ''आपण एक करार करू या. माझ्या स्पर्शाने जर बाणांचा सेतू तुटला नाही तर मी जन्मभर तुझ्या रथावर बसून तुझी सेवा करेन.'' यावर अर्जुन म्हणाला, ''समजा, सेतू तुटला तर मी स्वत:ला अग्नीमध्ये समर्पित करेन.''

अर्जुनाने आपले गांडीव उचलले आणि एका मागोमाग एक बाण सोडत शंभर योजनांचा पूल तयार केला. तो हनुमानाला म्हणाला, 'यावर आता तुम्हांला हव्या तेवढ्या उड्या मारा, हनुमानजी.''

आश्चर्य म्हणजे हनुमानांचा पदस्पर्श होताच सेतू कर्रकर्र आवाज करत तुटला. अशा प्रकारे अर्जुनाचाही गर्व चक्काचूर झाला. ठरल्याप्रमाणे त्याने अग्नीमध्ये उडी घेण्याची तयारी केली. परंतु हनुमानांनी या कृतीला विरोध केला.

तितक्यात एक ब्रह्मचारी तिथे आले आणि त्यांनी अर्जुनाला चितेमध्ये प्रविष्ट

होण्याचं कारण विचारलं. त्यावर अर्जुनाने त्यांना संपूर्ण घटना ऐकवली.

ब्रह्मचारी अर्जुनाला म्हणाले, ''कोणतीही पैज लावण्याआधी एखादा साक्षीदार उपस्थित असणं आवश्यक असतो. त्यामुळे अर्जुनाने पुन्हा एकदा पूल तयार करावा आणि हनुमानांनी त्यावर चालून दाखवावं.''

आता हनुमान आणि अर्जुन दोघांनाही त्यांचे म्हणणे पटले. अर्जुनाने दुसऱ्यांदा सेतू बनवला. या वेळी मात्र हनुमानाच्या वजनाने तो तुटला नाही. हनुमानांनी आपली संपूर्ण ताकद पणाला लावली तरी काहीही घडले नाही. आता हनुमानांच्या लक्षात आले, हा ब्रह्मचारीच काहीतरी चाल खेळत आहे. शिवाय, तो ब्रह्मचारी इतर कुणीही नसून साक्षात भगवान श्रीकृष्णच आहेत. त्यांनीच आपले चक्र सेतूखाली ठेवल्याने तो तुटला नाही.

त्यानंतर श्रीकृष्णांनी आपले सुदर्शन चक्र काढून घेताच बाणांचा तो सेतू पाण्याबरोबर वाहून गेला. त्याचप्रमाणे अर्जुनाचा अहंकारही वाहून गेला, नष्ट झाला. खरेतर हनुमानांनाही हेच हवे होते. तरीही, त्यांनी अर्जुनाला युद्धाच्या वेळी त्याच्या रथावर आरूढ होण्याचे वचन दिले.

त्यानंतर महाभारताच्या युद्धात अर्जुनाने आपल्या बाणांच्या वर्षावाने कर्णाचा रथ पाठीमागे ढकलला. त्या वेळी मात्र कर्ण अर्जुनाच्या रथाला फारशी हानी पोहोचवू शकला नाही. या गोष्टीचाही अर्जुनाला गर्व झाला. तेव्हा भगवान श्रीकृष्णांनी त्याला आठवण करून दिली, ''ही तुझ्या बाणांची शक्ती नसून महावीर हनुमानांची कृपा आहे. आज आंजनेय नसते तर तुझा रथ केव्हाच भस्मसात झाला असता.''

असे आहेत हनुमान! जे आपल्या प्रभूंसमवेत त्यांच्या भक्तांचीही काळजी घेतात. हे श्रीराम भक्ता! आपले यश चारही युगांमध्ये विद्यमान आहे. संपूर्ण जगामध्ये आपली कीर्ती प्रकाशमान आहे.

– हनुमान/भक्ती-चालिसा

२४

भक्त आणि भगवंताचे युद्ध
भगवंतापेक्षा श्रेष्ठ, भगवंताचे नाम

श्रीरामभक्त हनुमानांच्या विविध कथा आतापर्यंत आपण वाचल्या. त्यामधून प्रभू श्रीरामांविषयी असणारी हनुमानांची सर्वोच्च भक्ती आपल्याला योग्य प्रकारे समजली असेलच. आता पुढील कथेमधून श्रीरामनामाचा महिमा आपण जाणणार आहोत.

एकदा काशीनरेश श्रीरामांच्या दर्शनासाठी निघाले. वाटेत त्यांना देवर्षी नारद भेटले. काशीनरेशाने देवर्षींना भक्तिपूर्वक चरणप्रणाम केला. नारदांनी त्यांना विचारले, ''कुठे चालला आहेस?'' तेव्हा काशीनरेशांनी म्हणाले, ''मी प्रभू श्रीरामांच्या दर्शनासाठी दरबारात जात आहे.'' यावर देवर्षी म्हणाले, ''माझं एक कार्य करशील?'' राजा ताबडतोब म्हणाला, ''आपली आज्ञा कोण टाळणार? आपली आज्ञा शिरोधार्य आहे.'' तेव्हा नारद म्हणाले, ''तू दरबारात श्रीरामांच्या चरणांवर वाकून त्यांना श्रद्धापूर्वक नमस्कार कर. पण त्यांच्या समीप बसणाऱ्या तपस्वी विश्वामित्रांकडे मात्र दुर्लक्ष कर.'' याचे कारण काय, असे विचारल्यावर नारद म्हणाले, ''त्याचं उत्तर तुला नंतर समजेल.''

काशीनरेश श्रीरामांच्या राज्यसभेमध्ये पोहोचले. त्यांनी देवर्षींच्या आज्ञेनुसार श्रीरामांच्या चरणांवर अत्यंत आदराने वाकून नमस्कार केला. मात्र महर्षी विश्वामित्रांची पूर्णतः उपेक्षा केली. काशीनरेशांच्या या वागणुकीमुळे विश्वामित्रांच्या मनावर खोलवर आघात झाला. तरीही ते राज्यसभेत शांत राहिले. नंतर ते श्रीरामांना म्हणाले, ''तुमच्या राज्यसभेत तुमच्या उपस्थितीतच मर्यादेची अवहेलना घडते, हे काही योग्य नाही.''

यावर आश्चर्य व्यक्त करत श्रीरामांनी विचारले, ''माझ्या उपस्थितीत कुठे आणि केव्हा मर्यादेचं उल्लंघन झालं? कृपया हे सांगण्याचे कष्ट आपण घ्यावेत.'' अशांत स्वरात विश्वामित्रांनी दरबारात घडलेली घटना सविस्तर सांगितली. हे ऐकताच मर्यादापुरुषोत्तम श्रीरामांनी, संध्याकाळपर्यंत काशीनरेशांना दंड दिला जाईल, अशी प्रतिज्ञा केली.

श्रीरामांची ही प्रतिज्ञा वायुवेगाने सर्वत्र पसरली. काशीनरेश ही वार्ता ऐकून घाबरले आणि हताश होऊन देवर्षींकडे गेले. त्यांच्या चरणांवर लोटांगण घालून ते आपल्या प्राणांच्या रक्षणाची याचना करू लागले. त्या वेळी नारदांनी त्यांना समजावले, 'तू हनुमानांची माता अंजनी यांना शरण जा आणि त्यांना आपल्या प्राणाच्या रक्षणाचं वचन माग.'

हे ऐकून काशीनरेश ताबडतोब अंजनीमातेकडे गेले आणि त्यांच्याकडे आपल्या प्राणांच्या रक्षणाची याचना करू लागले. मातेने जेव्हा त्यांना विचारले, ''तुम्हांला संध्याकाळपर्यंत मारण्याचा कुणी आणि का विडा उचलला आहे?'' त्यावर काशीनरेशाने आपल्या मनातील चिंता त्यांना सविस्तर सांगितली. ती ऐकताच माता अंजनी चिंतित झाली. त्याच वेळी हनुमान तिथे पोहोचले आणि अंजनीमातेकडून त्यांच्या काळजीचे कारण समजून घेतले. ते समजल्यावर हनुमानांनी मातेला आश्वस्त केले. ''माते! आपल्या कृपेमुळे आपला पुत्र विद्या, बुद्धी, बल आणि पराक्रम यांनी संपन्न आहेच. त्याचप्रमाणे श्रीरामांची अपार दृष्टीदेखील त्याच्यावर आहे. त्यामुळे आपण व्यर्थ चिंता करू नये, सर्व काही व्यवस्थित होईल.''

मातेचा निरोप घेऊन हनुमान काशीनरेशांसह अयोध्येला पोहोचले. तिथे त्यांनी राजाला सांगितले, 'तुम्ही शरयू नदीमध्ये कमरेइतक्या पाण्यात उभं राहून 'रामनामा'चा जप करा.' काशीनरेशाने पवनपुत्राच्या आज्ञेचे पालन केले. इकडे हनुमान त्वरित श्रीरामांकडे गेले. त्यांना वंदन करून म्हणाले, ''स्वामी! मी आज आपल्याकडे एका वराची याचना करू इच्छितो.''

संकोची हनुमान आपल्या प्रभूंना काही मागणार आणि प्रभू ते अस्वीकार करणार याची शक्यताच नव्हती. त्यामुळे श्रीरामांनी उत्साहाने हनुमानांना वर मागण्याची आज्ञा दिली. प्रसन्न होऊन हनुमानांनी वर मागितला, ''हे प्रभो! आपल्या नामाचा जप करणाऱ्यांचं मी सदैव रक्षण करावं अशी माझी इच्छा आहे. माझ्या उपस्थितीत आपलं नाम घेणाऱ्यावर कुणीही, कधीही, कुठेही आणि कोणत्याही प्रकारचा हल्ला करू शकणार नाही. दुर्दैवाने माझ्या प्रभूंनीदेखील प्रहार केला तर तो व्यर्थ सिद्ध

होईल असा वर मला मिळावा.'' यावर दयामूर्ती श्रीराम 'तथास्तु' म्हणाले.

मग काय विचारता! 'जय श्रीराम'चा घोष करत हनुमंत शरयू नदीच्या तीरावर पोहोचले. गदा ताणून उभे राहिले आणि काशीनरेशांना म्हणाले, ''तुम्ही अविरतपणे 'राम-राम' म्हणत राहा.''

आता विचित्र परिस्थिती निर्माण झाली. एकीकडे श्रीरामांनी काशीनरेशाचा वध करण्याची घेतलेली प्रतिज्ञा; तर दुसरीकडे त्यांच्याच संरक्षणार्थ हनुमानांचे कटिबद्ध असणे. काशीनरेश शरयूच्या जलामध्ये उभे राहून मृत्यूच्या भयाने रामनामाचा जप करत होते; तर श्रीरामांकडून वरप्राप्त झालेले हनुमान नरेशाच्या रक्षणासाठी गदा घेऊन सिद्ध होते. ही वार्ता संपूर्ण नगरीमध्ये वायुवेगाने पसरली. समस्त अयोध्यावासी प्रभू आणि सेवकाच्या प्रतिज्ञापालनाचे दृश्य पाहण्यासाठी शरयू तटावर पोहोचले.

बघता-बघता संध्याकाळ झाली. हनुमानांद्वारे काशीनरेशाच्या प्राणांच्या रक्षणाची वार्ता श्रीरामांनादेखील समजली. त्यांनी आपल्या वचनाचे पालन करण्यासाठी तीन बाणांपैकी एक बाण उचलून विशाल धनुष्यावर ठेवून तो सोडला. बाण अत्यंत वेगाने राजाजवळ पोहोचला. परंतु 'राम' नामाचा जप करताना पाहून तो त्यांचा वध करू शकला नाही.

निराश होऊन बाण परतला. त्याने श्रीरामांना निवेदन केले, ''हे प्रभो! आपणच नामजापकाच्या रक्षणाचं वरदान मारुतीला दिलं आहे. 'नाम जपणाऱ्यावर केलेले सगळे प्रहार व्यर्थ ठरतील' ही आपलीच वाणी आहे. तो राजा निरंतर आपल्या नावाचा जप करत असून हनुमान गदा ताणून त्याच्या रक्षणासाठी उभा आहे. त्यामुळेच मी नाइलाजास्तव परत आलो.''

आता श्रीरामांचा क्रोध आणखीनच वाढला. त्यांनी दुसरा बाण सोडला. तो अत्यंत तीव्र गतीने काशीनरेशांचा प्राण घेण्यासाठी त्यांच्याजवळ गेला. परंतु आता तर राजाने हनुमानांच्या आज्ञेनुसार सीतेसह श्रीरामाच्या नावाचा जप सुरू केला होता, 'सीताराम-सीताराम.' म्हणून दुसरा बाणदेखील विवश होऊन प्रभूंकडे परत आला. त्यानेही 'सीताराम-सीताराम' उच्चारण्याचा आणि हनुमंतांकडून राजाच्या रक्षणाचा संपूर्ण वृत्तान्त श्रीरामांना ऐकवला.

आता श्रीराम अधिकच क्रोधित झाले. ते स्वतःच आपले विशाल धनुष्य आणि तिसरा बाण घेऊन शरयू तटाच्या दिशेने तीव्र वेगाने निघाले.

तिकडे हनुमंतांनी विचार केला, प्रभू आपल्या भक्तांसाठी सर्वस्वाचा त्याग करतात. कारण भक्त त्यांना आपल्या प्राणांपेक्षाही अधिक प्रिय असतात. त्यामुळे

ते राजाला म्हणाले, ''आता सीतामाता आणि प्रभूंच्या नामाबरोबरच माझंही नाम जपायला सुरुवात करा.'' यावर राजानं 'जय सीताराम, जय हनुमान' असा जप सुरू केला.

आता क्रोधित श्रीरामांना पाहून वसिष्ठही व्याकूळ झाले. त्यांनी विचार केला, भगवान श्रीरामांनी आपली प्रतिज्ञा पूर्ण करण्यासाठी नरेशासह हनुमानांनादेखील मारले तर महान अनर्थ घडेल. तेव्हा वसिष्ठांनी हनुमानांना समजावण्याचा प्रयत्न केला, ''श्रीराम तुमचे सर्वस्व आहेत. त्यांची प्रतिज्ञा पूर्ण होऊ दे. दिवस मावळतीला झुकल्याने त्यांचा क्रोध आणखीनच वाढत आहे. या राजाला तर रामांच्या पवित्र बाणाच्या स्पर्शामुळे कायमची मुक्ती मिळेल. मात्र, एका राजासाठी आपल्या स्वाम ींसमोर गर्वाने उभं राहणं हे तुमच्यासारख्या सेवकासाठी कदापिही उचित नाही.''

यावर हनुमान विनयाने उत्तरले : ''गुरुदेव! त्रिकालामध्येही माझ्या समर्थ प्रभूंसमोर ताठपणे उभं राहावं अशी कल्पनाही मी करू शकत नाही. मी तर माझ्या प्रभूंच्या नावाच्या आणि त्यांच्या वरदानाच्या रक्षणासाठी उपस्थित आहे. प्रभू श्रीराम ांचं नाव आणि त्यांच्या वरदानाच्या रक्षणार्थ माझे प्राण गमावून मी त्यांच्यामध्येच विलीन व्हावं यापेक्षा अधिक सौभाग्याचा क्षण माझ्यासाठी कोणता असेल?''

अशा प्रकारे हनुमानांना आपल्या वचनापासून विचलित करणे अशक्य असल्याचे वसिष्ठांच्या लक्षात आले. आतापर्यंत श्रीराम शरयू नदीच्या तीरावर पोहोचले होते. महर्षी विश्वामित्रही तेथे उपस्थित होते. भगवान आणि भक्त यांची लीला पाहून ते आश्चर्यचकित तसेच चिंतितही झाले. तेव्हा वसिष्ठ काशीराजाला म्हणाले, ''तू महर्षी विश्वामित्रांना शरण जा. ते दयाळू आहेत, तुला अवश्य क्षमा करतील.''

'जय सीताराम... जय हनुमान'चा जप करत काशीराजाने धावत जाऊन महर्षी विश्वामित्रांचे पाय धरले. त्यांच्या अश्रूंमुळे महर्षींचे चरण धुतले गेले. काशीनरेश रडता-रडताच 'जय सीताराम, जय हनुमान' असा जपही करत होते. हे पाहून महर्षींना दया आली. त्यांनी क्रोधित श्रीरामांना सांगितले, ''काशीनरेशांनी त्यांच्या अपराधाचं प्रायश्चित घेतलं आहे. मी तर त्यांना क्षमा केलीच आहे. आपणही त्यांना क्षमा करावी.''

महर्षी संतुष्ट होताच श्रीरामांचा क्रोधही आपोआप शांत झाला. त्यांनी गुरूंच्या आज्ञेचे पालन केले. अशा प्रकारे हनुमानांच्या भक्तीमुळे काशीनरेशांचे प्राण तर वाचलेच; पण त्याचबरोबर भगवंतासमोर भक्त हनुमानांचादेखील विजय झाला. ही

वार्ता ऐकून अंजनीमातादेखील प्रसन्न झाली.

हनुमानांनी आपल्या कुशाग्र बुद्धीने परिस्थिती कशी सांभाळली, हे आपण वरील कथेत बघितले. भक्त आणि भगवंत यांच्या युद्धात हे दाखवलं आहे, की केवळ श्रीरामांचे नामस्मरण करत राहिल्यानेदेखील कठीण समस्या सुटते. कारण श्रीरामांपेक्षाही मोठे आहे त्यांचे नाव! केवळ श्रीरामांच्या नावाच्या शक्तीमुळेच प्रत्येक अशक्य कार्य शक्य होते.

कथेमध्ये हे दर्शवलं आहे, की बाहेरून श्रीरामांचे शरीर आहे, श्रीरामांचा तीर आहे आणि आतमध्ये श्रीरामांचे स्मरण आहे... या नामस्मरणात इतकी ताकद असते, की श्रीरामांचे बाणदेखील व्यर्थ ठरतात. अर्थात, श्रीरामांच्या अनुभवात त्यांच्या तीरापेक्षाही अधिक ताकद, शक्ती आहे.

या कथेमधून भक्ताने कोणत्या गोष्टींना महत्त्व द्यायला हवे, याचेही आकलन होते. मायेच्या तीरांना घाबरून, सत्याचे स्मरण कधीही सोडता कामा नये. अत्यंत क्लिष्ट परिस्थितीतही सत्याचे स्मरण झाले तर प्रत्येक अडचण दूर होते. मायेच्या दुनियेत मनुष्याला एकीकडे विहीर आणि दुसरीकडे दरी दिसत असेल तर दोन्ही बाजूंनी त्याचे अध:पतन होते. अशा स्थितीत हनुमानाप्रमाणे बुद्धी आणि मनोबल यांचा योग्य उपयोग करून परिस्थितीवर मात करता येते, नियंत्रण ठेवता येते.

वरील कथेमध्ये, काशीनरेशाचे मस्तक ऋषींच्या चरणांवर असेल, अशी श्रीरामांनी प्रतिज्ञा घेतली होती. हनुमानाच्या आदेशानुसार राजाने असे कार्य केले, ज्यामुळे भक्त आणि भगवान दोघांनीही आपापल्या वचनांची पूर्तता केली.

प्रत्येक परिस्थितीत काहीतरी उपाय हा असतोच, ही समज अशा घटनांमधून लोकांना मिळावी हाच उद्देश या सर्व लीलांमागे असतो. अन्यथा, छोट्या अडचणी आल्या तरी 'हे तर शक्यच नाही... अशाने अमुक समस्या सोडवता येणार नाही... ही तर अत्यंत कठीण परिस्थिती आहे...' असा विचार मनुष्य करत राहतो. परंतु वरील कथेमध्ये प्रत्येक समस्येवर समाधान असून ते आपल्या अंतरंगातच आहे,' हे दर्शवले आहे.

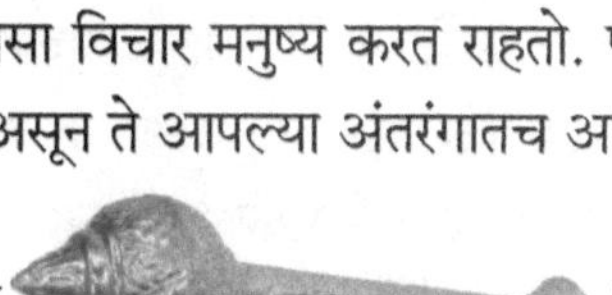

हे श्रीरामाच्या लाडक्या हनुमंता! आपण साधुसंत, सज्जन आणि धम यांचे रक्षणकर्ते असून असुरांचे संहारक आहात.

– हनुमान/भक्ती–चालिसा

२५

सत्याचा पुनःशोध
लव-कुश आणि हनुमान

लंका विजयानंतर बिभीषणांचा राज्याभिषेक करवून श्रीराम अयोध्येला परतले. तेव्हा अयोध्येमध्ये श्रीराम-लक्ष्मण यांच्यासह सीतेचेही भव्य स्वागत झाले. संपूर्ण राज्यामध्ये आनंदाचे वातावरण निर्माण झाले.

अयोध्येमध्ये श्रीरामांनी आपला कार्यभार सांभाळला. राज्यातील प्रत्येक बातमी आपल्या गुप्तहेरांकडून ते जाणून घेत. या दरम्यान एका गुप्तहेराने त्यांना सांगितले, ''सीतामातेविषयी लोक नको ते बोलत आहेत. सीतेला लंकेतून आणल्याने आता त्या अपवित्र झाल्या आहेत असं बोललं जात आहे.'' एका धोब्याने मातेसंबंधी पसरवलेल्या या अफवेबाबत गुप्तहेराने श्रीरामांना विस्तारपूर्वक सांगितले.

हे ऐकल्यानंतर मर्यादापुरुषोत्तम श्रीरामांनी आपल्या प्राणांहून प्रिय असणाऱ्या पत्नीला लक्ष्मणासोबत पुन्हा वनात पाठवले. तिथे वाल्मिकी ऋषींनी आपल्या आश्रमात सीतेच्या निवासाची व्यवस्था केली.

त्यानंतर ऋषींच्या आश्रमामध्ये सीतामातेने जुळ्या मुलांना जन्म दिला. ती दोन्ही बालके वाल्मिकी ऋषींच्या देखरेखीखाली मोठी होऊ लागली, धनुर्विद्येचा अभ्यास करू लागली.

दरम्यान श्रीरामांनी अश्वमेध यज्ञाचे आयोजन केले. अश्वमेध यज्ञाच्या नियमाप्रमाणे एक सजवलेला घोडा मुक्त सोडला गेला. त्या घोड्याच्या गळ्यात सोन्याची एक पट्टी अडकवली होती. तिच्यावर, 'या घोड्याला जो पकडेल त्याला श्रीरामांच्या सेनेशी युद्ध करावं लागेल' असे लिहिले होते.

आता तो घोडा फिरत-फिरत राज्याबाहेर वाल्मिकी ऋषींच्या आश्रमात पोहोचला. इतका उमदा घोडा बघितल्यानंतर लव-कुश यांना अत्यानंद झाला. त्यांनी तो घोडा पकडला.

त्यानंतर शत्रुघ्न तिथे पोहोचले आणि त्यांनी बालकांना सांगितले, 'हा घोडा यज्ञाचा असून काही विशिष्ट उद्देशाने सोडला आहे. जो हा घोडा पकडेल त्याला श्रीरामांच्या सेनेशी युद्ध करावं लागेल.'

दोन्ही बालकांनी शत्रुघ्नाच्या बोलण्याकडे दुर्लक्ष करून, ऐकून न ऐकल्यासारखे केले. इतकेच नव्हे, तर शत्रुघ्नला युद्धासाठी प्रवृत्त करून त्यांनी त्याचाही पराभव केला. नंतर तिथे लक्ष्मण आले. दोन्ही बालकांनी त्यांनाही घोडा द्यायला नकार दिला आणि लक्ष्मणांचादेखील सेनेसह पराभव केला.

आता ही वार्ता श्रीरामांपर्यंत पोहोचली. शत्रुघ्न-लक्ष्मणासह त्यांच्या एवढ्या प्रबळ सेनेलाही पराभूत करणारी अशी ही वीर बालके कोण आहेत, याचे सर्वांनाच आश्चर्य वाटले.

शेवटी श्रीरामांनी हनुमानांसोबत सुग्रीव, अंगद, नल आणि नील यांनाही पाठवले. लव-कुश वानरांना पाहून अत्यंत प्रसन्न झाले. बालकांनी त्या वानरांवर बाणांचा वर्षाव सुरू केल्याने ती वानरेदेखील घायाळ झाली.

दरम्यान, हनुमानांनी आपल्या दिव्य दृष्टीने जाणले, की ही बालके श्रीराम-सीता यांचेच पुत्र आहेत. त्यामुळे सीतामातेपर्यंत पोहोचण्याच्या आणि संपूर्ण सत्य जाणण्याच्या उद्देशाने हनुमानांनी स्वतःला लव-कुशांच्या बाणांद्वारे बंदिस्त करवून घेतले. मग दोन्ही बालके हनुमानांना सीतामातेकडे घेऊन गेली, ''हे पाहा माते! आमच्याशी खेळण्यासाठी आम्ही एक माकड पकडून आणलं आहे.''

अशा तऱ्हेने बालकांच्या मदतीने हनुमानांनी योग्य वेळी आपल्या बुद्धिबळाचा उपयोग करून सीतामातेपर्यंत पोहोचण्याचा हेतू साध्य केला.

ही घटना हनुमानांच्या सर्वश्रेष्ठ सेवेची द्योतक आहे. हनुमानांच्या सर्वोच्च सेवेची सुरुवात सीतेच्या शोधापासूनच झाली होती. शिवाय सीतेला शोधण्याचे हे कार्यही हनुमानांकडूनच संपन्न झाले.

उपरोक्त कथेमध्ये हनुमानाच्या आणखी एका मुख्य गुणाचे दर्शन घडते. बुद्धिबळ, बाहुबल व मनोबल यांचा वापर कसा आणि कोणत्या ठिकाणी करायचा, हे हनुमानांना योग्य प्रकारे ठाऊक होते. पूर्ण परिस्थितीचे आकलन करून घेतल्यानंतरच सीतेपर्यंत पोहोचण्यासाठी हनुमानांनी आपल्या शक्तीचा नव्हे, तर बुद्धिबळाचा

उपयोग केला होता. अन्यथा कुणी मुलांच्या खोड्यांमुळे चिडून, वैतागून केवळ आपल्या शक्तीचे प्रदर्शन करत राहिला तर तो सत्यापर्यंत (सीतेपर्यंत) कधीच पोहोचू शकणार नाही.

सत्याचे प्रतीक आहे 'सीता'! इतरांनाही सीतेचा शोध घ्यायचा होता. परंतु आपल्या शक्तिप्रदर्शनात मग्न असल्याने बालकांमध्ये दडलेल्या शक्ती ते जाणू शकले नाहीत. म्हणून सीतामातेचा ठावठिकाणाही त्यांना समजला नाही. उलट, क्रोधाने लाल होऊन ते त्या बालकांशी युद्ध करत राहिले. परिणामी, शत्रुघ्न, भरत, लक्ष्मणसहित सगळ्यांनाच हार स्वीकारावी लागली. केवळ हनुमानच त्या बालकांच्या माध्यमातून सीतेपर्यंत पोहोचले. म्हणूनदेखील हनुमानांची सेवा 'सर्वोच्च सेवा' म्हणता येईल. कारण त्यांनी आपल्या उच्च दृष्टिकोणातून जाणले होते, की ही कोणी साधारण बालके नाहीत. नक्कीच यांच्या मागे एखादी शक्ती कार्यरत आहे. या मायेच्या मागे प्रभूंद्वारे एखादी लीला रचली गेली असून ती समजून घेण्याची अत्यंत आवश्यकता आहे. हनुमानांनी ती लीला सर्वांच्या आधी समजून घेतली.

आपल्याला पुजणारे प्राणी शेवटी श्रीरामाच्या धामाला जातात. आणि मृत्युलोकामध्ये जन्म घेऊन हरिभक्त म्हणवतात.

– **हनुमान/भक्ती-चालिसा**

परिशिष्ट

हनुमान उपासना कशी कराल ?

१

ब्रह्मचारी हनुमान

चार आश्रम

विविध प्रकारच्या मूर्ती, ईश्वराची नानाविध रूपे यांच्या साहाय्याने लोकांमध्ये काही गोष्टी रुजवल्या गेल्या. निरनिराळ्या मूर्ती लोकांच्या मनात वेगवेगळे भाव जागृत करतात. त्यामागे हेतू हा, की प्रेम आणि भक्तिभावात लोकांनी आपल्या चुकीच्या वृत्ती, पॅटर्न, संस्कार, सवयी आणि अहंकार यांच्यापासून मुक्त व्हावे. ईश्वराच्या नानाविध रूपांचा खरेतर हाच महत्त्वाचा उद्देश आहे. हनुमानांच्या बाबतीतही हाच हेतू लागू पडला.

हनुमानांच्या मूर्तीद्वारे ब्रह्मचर्याचे महत्त्व अधोरेखित केले आहे. युवा पिढीने एका ठरावीक कालावधीपर्यंत जीवनामध्ये संयम बाळगण्याची अत्यंत आवश्यकता असते. त्यानंतर मनुष्य आयुष्यात योग्य दिशा प्राप्त करतो. योग्य वेळी, योग्य कार्य घडल्यानंतरच जीवनामध्ये यश मिळते. म्हणूनच आजच्या आधुनिक युगात युवा पिढीला या गोष्टीची अत्याधिक आवश्यकता आहे.

हनुमानांच्या चरित्रातून संयम आणि नींव नाइन्टी (चारित्र्याची दृढता) याविषयी स्पष्ट मार्गदर्शन आहे. परंतु लोक असे समजत असतील, की आम्हांला हनुमानाप्रमाणे ब्रह्मचारीच राहायचे आहे, आम्हांला कधी विवाहच करायचा नाही, तर हनुमानांच्या मूर्तीचा उद्देश पूर्णतः सफल होणार नाही. हनुमानांची मूर्ती ही ब्रह्मचाऱ्याची नसून एका विशिष्ट कालावधीपर्यंत ब्रह्मचर्य पालनाचे स्मरण करून देणारी आहे. प्रत्यक्षात हनुमानांचे जीवन हे मनुष्याला प्रत्येक आश्रमासाठी तयार करणारे आहे.

प्राचीन काळात मनुष्याचे आयुष्य ब्रह्मचर्याश्रम, गृहस्थाश्रम, वानप्रस्थाश्रम

आणि संन्यासाश्रम अशा चार भागांमध्ये विभागलेले होते.

मूल आठ वर्षांचे झाल्यानंतर ज्ञान ग्रहण करण्यासाठी त्याला गुरुकुलामध्ये पाठवले जात असे. २५ वर्षांपर्यंत गुरूंसमवेत राहून ज्ञान ग्रहण करत असताना मुलांना ब्रह्मचर्य व्रताचे पालन करावे लागत असे. शिवाय, गुरुकुलामध्ये राहून हे व्रतपालन करणे त्यांच्यासाठी सहज शक्य असे. कारण तिथे मायेचे अन्य कुठलेही आकर्षण नसे. आजच्यासारखी टीव्ही, इंटरनेट आणि अन्य आधुनिक इलेक्ट्रॉनिक उपकरणे जी सहजपणे आपले लक्ष वेधून घेतात, ती त्या काळात उपलब्ध नव्हती.

गुरुकुलामध्ये ज्ञान ग्रहण केल्यानंतर युवावस्थेमध्ये त्यांचा गृहस्थाश्रमात प्रवेश होई. तिथे त्यांना विवाहानंतर उच्च गुणांनी युक्त संतती प्राप्त करण्याचे ज्ञान, व्यवसायासंबंधीचे ज्ञान इत्यादी मिळत असे. जीवनात त्यांना भावनेच्या प्रभावाचे महत्त्व शिकवले जाई. अशा प्रकारे त्यांची पुढील २५ वर्षे गृहस्थाश्रमात व्यतीत होत असत.

त्यानंतर वयाची ५० वर्षे पूर्ण झाल्यानंतर ते वानप्रस्थाश्रमात प्रवेश करत. त्या वेळी घरसंसार, नातेसंबंध यांच्यावरून ते लक्ष दूर सारायचे. मग सांसारिक जीवनाचा लाभ घेऊन, आपल्या मुलांकडे कार्यभार, व्यवसाय सोपवून ते मोक्षप्राप्तीच्या यात्रेची तयारी करत. अर्थात, पुन्हा अध्यात्माशी जोडले जात. या तयारीमध्ये ते जीवनाच्या अंतिम काळात त्याच अनुभवामध्ये जगत असत.

वानप्रस्थाश्रमानंतर ते संन्यासाश्रमामध्ये प्रवेश करत. संन्यासाश्रमामध्ये ते गृहस्थाश्रमापासून संपूर्ण संन्यास घेऊन वनामध्ये राहण्याची तयारी करात असत. त्यानंतर पुन्हा ते अशा गुरुकुलाची रचना करत, जिथे अधिकाधिक मुलांना जीवनाचे संपूर्ण ज्ञान देता येईल.

अशा प्रकारे त्या काळात जीवनाचे नियोजन अत्यंत योजनाबद्ध पद्धतीने होत असे. जीवन जगण्याची अतिशय सुंदर व्यवस्था असल्याने चारही अवस्थांमधून गेल्यानंतर, आपले कूल-मूल लक्ष्य प्राप्त केल्यानंतर ते गुरुकुल चालवणारे ऋषी म्हणून संबोधले जायचे.

मात्र, आता काळ बदलला आहे. आज गुरुकुलाची व्यवस्था निखळली आहे. आजच्या युवा पिढीमध्ये सुरुवातीच्या २५ वर्षांच्या नियोजनासाठी कोणतीही तयारी नसते. या अस्वीकृतीनंतरही त्यांच्यासाठी अन्य एखादी व्यवस्था उपलब्ध करून देता येईल. आज जरी पूर्वीसारखी गुरुकुलं उपलब्ध नसली, तरीदेखील हे पुस्तक वाचणारे आपल्यासाठी काही नियम निश्चितच आखू शकतात. जसे, 'अमुकअमुक

वर्षांपर्यंत आपण आपल्या वासनांपासून दूर राहायचे... आपल्या कामना उत्तेजित करणारी अश्लील पुस्तके किंवा चित्रपट पाहायचे नाहीत... अमुकअमुक वर्षांपर्यंत आजीविका लक्ष्य प्राप्त करायचे...' इत्यादी.

आजच्या युवा पिढीने एका कालावधीपर्यंत अशा प्रकारचा संयम बाळगला तर निश्चितच त्यांचा पाया भक्कम होईल. मग तोच त्यांना पुढील जीवनासाठी उपयुक्त ठरेल. त्यानंतर गृहस्थाश्रमामध्ये राहूनही आपल्या उत्तेजनांना, वासनांना योग्य दिशा देऊन, त्यांचा उपयोग ते उच्च लक्ष्य प्राप्त करण्यासाठी करतील. अन्यथा, आपल्या शक्तींना चुकीच्या दिशा देऊन मनुष्य अकारण स्वत:ची ताकद वाया घालवतो.

अशा प्रकारे आपले कोणतेही नुकसान होऊ नये यासाठी महाबली हनुमानांकडून या सगळ्या गोष्टी शिकून घेतल्या तर हनुमानांची मूर्तीच आपल्याला ब्रह्मचर्याश्रम, गृहस्थाश्रम, वानप्रस्थाश्रम आणि संन्यासाश्रम या सर्व आश्रमांचे दर्शन घडवेल. त्याचप्रमाणे हा दृष्टिकोण बाळगला तर हनुमान हे केवळ ब्रह्मचाऱ्यांसाठीच नव्हे, तर सर्व प्राणिमात्रांनाही वंदनीय आहेत, ही बाब लक्षात येईल.

हनुमान सर्वांसाठी वंदनीय असल्याचे पुरावे हनुमानांच्या कथांमध्ये आढळतात. या विविध कथांमध्ये त्यांच्या वेगवेगळ्या गुणांचे दर्शन घडते. कोणत्या आश्रमामध्ये, कोणत्या अवस्थेत, हनुमानाच्या कोणत्या गुणांचा उपयोग करायचा आहे... गृहस्थाश्रमामध्ये कोणत्या गोष्टींची काळजी घ्यायची आहे... वानप्रस्थाश्रमामध्ये कसा शोध घ्यायचा आहे... मोक्षाचे लक्ष्य प्राप्त करण्यासाठी सदैव भक्तीमध्ये कसे राहायचे आहे... सेवा आणि सत्य श्रवणाविषयी प्रेम कसे वाढवायचे आहे... या सगळ्यांचे 'डोळस-वाचन' आपण करायला हवे. हनुमानांच्या कथेतून यासंबंधीची सजगता आपल्या दृष्टीस पडेल.

हे पवनपुत्र! आपण संकटमोचक आणि मंगल रूप आहात. आपण श्रीराम, सीता आणि लक्ष्मण यांसहित सदैव माझ्या हृदयामध्ये निवास करा.

– हनुमान/भक्ती-चालिसा

२

कथेचा महिमा

उच्चतम मार्गदर्शिका

जगात दोन प्रकारचे मनुष्य असतात. पहिल्या प्रकारच्या लोकांना विशेष फायदा होत नाही; तर दुसऱ्या प्रकारच्या लोकांना कोणताही लाभ मिळत नाही. कारण कथा ऐकून दोन गोष्टी होतात. आणि भक्तिकथा वाचणारेही दोन प्रकारचे लोक असतात. त्यापैकी एक, कथेमध्ये जे प्रस्तुत केले आहे नेमके तेच कथासार, संकेत पकडतात; तर दुसऱ्या प्रकारच्या लोकांना ती कथाच फुटकळ वाटून साहजिकच ते त्याकडे दुर्लक्ष करतात. पण कथेचा योग्य आशय आणि महिमा समजून घेणाऱ्यांचाच खरा लाभ होतो.

कथेचे बाह्यात्कारी सौंदर्य वाढवण्यासाठी आणि वाचकांना खिळवून ठेवण्यासाठीही कथांमध्ये नाट्यात्मकतेचा समावेश केला जातो. त्या ऐकणाऱ्यांच्या कायम स्मरणात राहाव्यात आणि पुढील पिढ्यांना ऐकवण्याचे कार्य त्यांच्याकडून सहजपणे घडावे यासाठीदेखील अशा प्रकारची मांडणी केली जाते.

कथांच्या अशा प्रकारच्या सादरीकरणामध्ये स्वबोधप्राप्त महात्म्यांची भूमिका महत्त्वपूर्ण आहे. म्हणून आज काळाच्या दृष्टीने ती समजून घेण्याची अत्यंत आवश्यकता आहे. कथांना काल्पनिकतेचा मुलामा चढवला नाही तर त्या मनोरंजक आणि आकर्षक वाटत नाहीत. त्यामुळेच पूर्वापार चालत आलेल्या बोधकथा आजही तितक्याच रंजक आणि आपल्याशा वाटतात.

प्रत्यक्षात बघितले तर कथा-गोष्टी या केवळ कल्पना नसतात, तर त्यामध्ये गंभीर आशय आणि गहन संकेत दडलेला असतो. मनन करण्यासाठी तो आशय

लक्षात येण्याची गरज असते इतकेच! ज्या गोष्टी आपल्याला दिसतात, ज्यांचे ज्ञान, भान आपल्याला असते, त्यांच्यावरच आपण मनन करू शकतो. जोपर्यंत वस्तू किंवा प्रकटपणे काही दिसत नाही, तोपर्यंत त्याच्यावर मनन करता येत नाही, ही मनुष्याची दुर्बलता आहे.

म्हणून ऐकताना अत्यंत खुमासदार वाटणाऱ्या कथाच पुढे जाऊन प्रचलित होतात. ज्या गोष्टी इतरांना सांगताना, त्या सांगणाऱ्यालाच रस वाटतो, त्यांचाच प्रसार होतो. ज्या गोष्टी आपल्यालाच आवडत नाहीत त्या आपण इतरांना कसे सांगणार? हजारो वर्षांनंतरही त्याच कथा लोकांपर्यंत पोहोचतात, ज्यांच्यामध्ये समकालीनता, आकर्षकता आणि रसमयता कायम असते. उर्वरित कथा या पुस्तकांमध्येच बंद राहतात, हेच यामागील रहस्य आहे. कथा सर्वांसाठी हितकारक आणि कालातीत बनवण्यासाठी त्यातील मूळ समज कायम ठेवून त्यात बदल केले जातात.

खरेतर रंजक कथांचेच रूपांतरण होते. जसे, त्यांच्यावर एखादी मालिका तयार होते. परंतु रंजकता नसणाऱ्या कथांचे माध्यमांतरही होत नाही आणि काळाच्या ओघात त्या विस्मरणातही जातात. कायमस्वरूपी स्मरणात राहणारी, खोलवर रुजणारी कथा असेल तर समंजस मनुष्य त्यातील संकेत नक्कीच आत्मसात करतो. परंतु कथा जर लोकांपर्यंत पोहोचलीच नाही, तर त्यावर मनन तरी करणार कोण? आणि मनन केल्यानंतर लोकांसमोर कथेचे सार कसे मांडणार? लोकांनी कथा ऐकलेलीच नसेल तर ऐकवणारा तरी कोण असेल? आणि मग ऐकणारे तर दूरच राहिले.

वरील लक्ष्य लोकांसमोर ठेवूनच कथा अतिरंजित करून त्या बदललेल्या रूपात लोकांसमोर प्रस्तुत केल्या जातात. यातील नुकसान म्हणजे, लोक कथेकडे केवळ गोष्ट म्हणूनच पाहतात. कल्पनेची भरारी समजून तिच्यात दडलेल्या सत्याची आणि संकेताची उपेक्षा करतात. प्रत्यक्षात असे काहीही घडले नसणार... हे तर काल्पनिक आहे. याचे आमच्या आयुष्यातील वास्तवाशी काहीही घेणं-देणं नाही..., असे ते समजतात. समजा, असे महाकार्य घडलेच असेल तर ते काही ठरावीक, मोजक्या लोकांच्याच बाबतीत, असाही विचार अधिकाधिक लोक करतात. कथांची मांडणीच खुमासदार असल्यामुळे त्यामध्ये वर्णन केलेली अलौकिक कार्यकर्तृत्वे हीदेखील केवळ महापराक्रमी, अवतारी लोकांमुळेच घडतात. सामान्य मनुष्यासाठी ती अशक्यप्राय असतात, असा ठाम समज वाचक करून घेतात.

मात्र, या पुस्तकात हनुमानांच्या लघुकथांद्वारे 'सत्य आणि कृपा' आपल्यापर्यंत

पोहोचत आहेत. आपल्यापर्यंत सत्य पोहोचण्यासाठी कथांचे उदात्तीकरण झाले असेल तर ती 'कृपा'च समजायला हवी. कृपेवर शंका घेता कामा नये. सत्यदेखील रंजक, रोचक वाटले तरच ऐकू, या कमकुवतपणामुळेच आपल्याला अशा प्रकारच्या कथा ऐकवल्या जातात, याची जाणीव ठेवा. आपल्या दुर्बलतेवर मनन करून, अशा प्रकारचे प्रयत्न आपल्यासाठीच होत आहेत हे समजून घ्यायला हवे.

मनुष्याचे मन स्वतःला कधी आरोपीच्या पिंजऱ्यात उभे करत नाही, त्याला प्रश्न विचारत नाही. उलट, ते कथाकारांनाच दोष देते, की हे लोक शेंडा ना बुडखा असलेल्या कथा लिहितात. त्यांच्यात तर्काचा आणि वास्तविकतेचाही अभाव असतो. परंतु या गोष्टी केवळ आपल्यासाठीच आहेत, याची जाणीव मनाला नसते. मनन न करण्याचा आपला आजार, विस्मरणाचा दोष यावर इलाज म्हणूनच अशा गोष्टी सांगितल्या जातात. इलाज करताना कडू औषधावर गोड आवरण लावलेले असेल, तर तीदेखील आपल्यावर 'कृपा'च आहे, असे समजा. आपल्या सुविधेचा विचार करूनच, ते औषध सहजपणे गिळता यावे, असेच तयार केले आहे. येनकेन प्रकारे या ज्ञान-भक्तीच्या औषधाचा लाभ, ते औषध आत गेल्यानंतरच मिळतो.

हनुमंतांनी सूर्याला फळ समजून गिळण्याची कथा किती अजब आहे ना! परंतु त्याच्यावर पूर्ण मनन केल्यानंतरच रहस्य उलगडेल, की सूर्याला गिळणे म्हणजे नेमके काय? या कथेमध्ये 'हनुमानाने सूर्याला गिळले' या प्रसंगात अज्ञानात प्रकाश गिळल्याने प्रत्यक्षात पृथ्वीवर अंधकार होत नाही, तर भक्ताच्या जीवनात अंधार पसरतो, हा संकेत केला आहे. याचाच अर्थ, मनुष्य जेव्हा केवळ फळात अडकतो, त्या वेळी त्याच्याकडून मूळ चूक (मूर्खता) घडते. मात्र, हे समजण्यात अज्ञानी मनुष्याला कष्ट पडतात. त्यालाच अष्टमायेचे कष्ट म्हणतात. मायेचे कष्ट अहंकार चालिसा वाचून होतात. तेव्हा हनुमान चालिसा आकलनासह, संपूर्ण समजेसह वाचणे हाच त्यावरचा उपाय आहे.

लोक मात्र या गोष्टींवर मनन करत नाहीत आणि केलेच तर केवळ आपल्या मुलांना कथा ऐकवून त्यांचे मनोरंजन करू शकतील इतपतच करतात. चित्रपट बघितल्याने, कथा वाचल्याने, काही क्षणापुरते चांगले वाटते... पण त्यानंतर लोक सगळे काही विसरतात.

हनुमानांसारखे अचाट, अफाट पराक्रम गाजवणे आपल्याला शक्य नसले तरीही त्यांच्या चरित्रातून खूप काही शिकण्यासारखे आहे, हे नक्की! त्यातूनच आपण खरा भक्त आणि सफल नायक, प्रभावशाली नेतृत्व असणारे लीडर बनाल.

हनुमानांचे गुण समजून घेऊन वाचकांनी ते आपल्या जीवनात उतरवण्याचा प्रयत्न करावा, हेच या पुस्तकाचे परम ध्येय आहे.

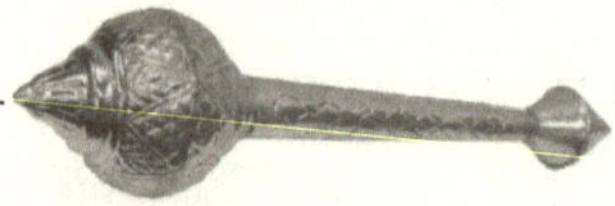

श्रीरामांचा महिमा ऐकल्याने आपल्याला आनंदरसाची प्राप्ती होते. प्रभू श्रीराम, सीता व लक्ष्मण यांच्यासहित आपल्या हृदयामध्ये निवास करतात.

- हनुमान/भक्ती-चालिसा

३

बजरंग बलीची उपासना कशी कराल?

तेज रंगाचा संग

बजरंग बलीला भज – याचा अर्थ आहे – भजन किंवा जप करणे. 'भज गोविंदम्, भज गोपालम्' म्हणजे सतत ईश्वराचा जप करत राहा. भजपासूनच भजन शब्द तयार झाला. आपण जेव्हा भजन गातो, ईश्वराची भक्ती करतो, तेव्हासुद्धा खरेतर जपच करत असतो. जप करताना अंतर्यामी होणारी जाणीवच बाहेर प्रकट होत असते. मनुष्य विचार करतो, वाचेंद्रिय मिळालेच आहे तर त्याचा संपूर्ण लाभ का घेऊ नये! पाच इंद्रिये मिळाली आहेत तर त्या सर्वांचा लाभ ईश्वराची स्तुती करण्यासाठीच व्हायला हवा. पाचऐवजी दहा इंद्रिये असती तर मग तो दुग्धशर्करा योगच ठरला असता. पण या इंद्रियांद्वारे जेव्हा भजन व्यक्त होत नाही, भक्ती घडत नाही, त्या वेळी एकेक इंद्रिय त्रासदायक ठरते.

बजरंग हाच तेज रंग आहे

बजरंगाच्या रंगामध्ये बजरंग बली बनावे. म्हणजेच असे बळ प्राप्त करावे, जे सर्व बळांच्या पलीकडे आहे, ग्लोबल आहे. मनुष्याकडे अनेक प्रकारचे बळ आहे. परंतु भजनाचे बळ (भजरंग) जर आपल्याला मिळाले तर आपली सगळी कठीण कामे रामभरोसे पार पडतील. जप करण्याचे बळ आपल्याला मिळाले तर आपण बजरंग बली बनाल. अन्यथा, इतर रंगांमध्येच गुंतून पडाल. अन्य रंग हे तेज रंग (भक्तीचा रंग) नसून बजरंग हाच तेजरंग आहे.

यासाठीच आपल्याला बजरंग बली बनायचे आहे. हनुमानांच्या चित्रात ते जसे समाधीमध्ये बसलेले दाखवले आहेत, तसेच बनायचे आहे. परंतु लोक आपल्या

धारणांनुसार जगतात आणि अनुमान लावतात, की हनुमान ब्रह्मचारी आहेत, ते केवळ अमुकअमुक लोकांसाठीच पूजनीय आहेत. परंतु हे सत्य नाही. केवळ वर्गीकरणासाठी, थोड्या सुविधेसाठी हनुमानाची मूर्ती त्या पद्धतीने प्रस्तुत केली आहे. शिवाय, प्रत्येक मूर्ती केवळ सत्याकडेच इशारा करत असते.

एका मूर्तीमध्ये हनुमान आपल्या हृदयात स्थित असलेली श्रीराम आणि सीतामातेची प्रतिमा दाखवतात. कारण लोकांना चित्राचीच भाषा समजते, निराकाराला ते समजू शकत नाही. त्या चित्रात हनुमान आपल्या हृदयात (तेजस्थानात) माया आणि मायापती दोघांचीही प्रतिमा दाखवतात. मंदिरामध्ये आपण बजरंग बलीची मूर्ती किंवा चित्र पाहतो, त्या वेळी हनुमान डोळे बंद करून मौन उपासना करत आहेत, मनन उपासना करत आहेत, असा त्याचा अर्थ होतो. ईश्वराला खूश करण्याची हीच पद्धत आहे. ईश्वराचीदेखील मनुष्याकडून हीच अपेक्षा असते, की 'जे मी करत आहे, तेच तू कर.'

'जे मी करत आहे, तेच तू कर' हे सांगण्यासाठीच भक्तांनी सेवेमध्ये यावे म्हणून प्रेरित केले जाते. खऱ्या सेवेची हीच पद्धत आहे. लोक विचार करतात, आम्ही तर ईश्वराची पूजा करतो. परंतु सकाळी मंदिरात जाऊन ईश्वराची स्तुती केली आणि संपूर्ण दिवस मनन उपासनाच केली नाही तर आपली पूजा अपूर्णच राहील. या पूजेमुळे बजरंग बली खूश होणार नाहीत. समजा, बजरंगबलींना शेंदरी रंग खूप आवडतो. त्यामुळे आपण त्यांना शेंदराने माखले तर ते म्हणतील, 'हा शेंदूर कशासाठी लावला होता याचा खरा अर्थ तर आधी समजून घ्या.'

सत्य आराधना

एकदा हनुमानांनी सीतेला भांगामध्ये सिंदूर लावताना पाहिले. त्या वेळी त्यांनी मातेला विचारले, "आपण हा सिंदूर का लावता?" यावर सीता काय सांगणार? हनुमानांना कसे समजावणार? तरी सीतेने सांगितले, "सिंदूर पाहून श्रीराम प्रसन्न होतात." हे ऐकून, श्रीरामांना आनंदी करण्याची ही किती सोपी पद्धत आहे असा विचार करून हनुमान प्रसन्न झाले. नंतर त्यांनी विचार केला, कुठे मी समुद्र उल्लंघत होतो आणि किती खटपटी-लटपटी करत होतो. परंतु श्रीरामांना आनंदी करण्याची ही तर सर्वात सोपी पद्धत आता मला समजली. म्हणून त्या दिवशी हनुमानांनी आपल्या संपूर्ण शरीराला शेंदूर फासला आणि श्रीरामांसमोर जाऊन उभे राहिले. श्रीरामांनी विचारले, "अरे, हे काय केलंस?" त्यावर हनुमान म्हणाले, "प्रभू! आपण फक्त प्रसन्न व्हा. मी काय करून आलो याचा विचारही करू नका. शेंदराचा रंग पाहून

आपण जर प्रसन्न होत असाल तर मी तोच लावून आलो आहे.''

तिथे हनुमानांची भावना कशी होती! तीच आपल्या आतही जागृत झाली तर तीच बजरंग बलीची खरी पूजा असेल... तेव्हा आपण खऱ्या अर्थाने पूजा कराल... वंदना कराल... आराधना कराल... अन्यथा, पूजेच्या नावाखाली कर्मकांडेच सुरू असतात. त्यामुळे आपण जे काही करत आहात, त्यासाठी स्वतःलाच विचारा, 'हे मी कोणत्या भावनेने करत आहे?' याचा अर्थ आपण चुकीचे करत आहात, असे अजिबात नाही. कारण सुरुवातीला तर असे होणारच. आधी असणाऱ्या समजेच्या आधारेच आपण ईश्वराची आराधना कराल. त्यानंतर हळूहळू खरी आराधना काय आहे, हे आपल्या लक्षात येईल.

साधीशी गोष्ट आहे. एखाद्या नातेवाइकाला आपल्याला खूश करायचे असते तेव्हा आपण काय करतो? त्याच्या अपेक्षेप्रमाणे काम करतो. त्यामुळे तो आपोआपच खूश होतो. अशाच प्रकारे ईश्वराला नेमके काय हवे आहे? बजरंग बलीची सेवा म्हणजे काय? ते जाणून घ्यायला हवे. कारण बजरंग बली हे स्वतःच सेवक आहेत. त्या सेवकाचीच सेवा जेव्हा आपण कराल, तेव्हा त्या सेवकाला नेमके काय हवे असेल; तो कोणत्या प्रकारच्या सेवेची मागणी करेल; त्या मागणीमध्ये कोणता रंग असावा असे त्याला वाटेल; हेदेखील समजून घ्यायला हवे. त्या रंगाचे योग्य प्रमाण घेऊन त्यात भज रंग मिसळला तर त्या ईश्वराला निश्चितच प्रसन्न वाटेल. त्यामुळे आपल्याला खऱ्या अर्थाने पूजा करायची असेल तर ती बजरंग बली बनूनच! म्हणजे त्या भावनेसह जगण्याची सुरुवात आपल्याला करावी लागेल.

तेजस्थानावर (हृदयावर) लक्ष जाताच तोच अनुभव प्राप्त व्हावा. आपल्याला असे ज्ञान प्राप्त व्हावे; जेणेकरून डोळे बंद करताच स्वानुभवावरच पोहोचावे. मग आपण बजरंग बलीचीच पूजा करत आहात. भलेही बजरंग बलीचा फोटो आपल्यासमोर नसला तरीदेखील आपण पूजाच करत असाल.

ईश्वराला जरी विविध नावे दिली गेली, तरी प्रत्येक नावाच्या रूपात एकाच सत्याविषयी सांगितले गेले आहे. कुणाला एखाद्या देवाचे रूप मोहित करते, तर कुणाला दुसऱ्या देवाच्या चेहऱ्यामध्ये करुणा-भक्ती ओथंबलेली दिसते. त्यामुळेच तर ३३ कोटी देवांची निर्मिती झाली. तुझी इच्छा पूर्ण होवो... त्याचीही होवो. तुला जर हा देव आवडत नाही तर ठीक आहे, हा आवडतो का बघ... तुला जो आवडतो त्याची निवड कर. परंतु किमान आराधनेला तर सुरुवात कर. प्रत्येकाची गीता वेगवेगळी असल्याने अशा प्रकारची व्यवस्था तयार झाली. म्हणूनच वेगवेगळे

चेहरे बनवले गेले. प्रत्येकाच्या गीतेनुसार ज्याला जे आवडते, त्याच्यापासून प्रेरणा घेऊन उपासना करण्यासाठी त्याने तो मार्ग स्वीकारावा; जेणेकरून साधनेद्वारे तो चुकीच्या सवयींपासून मुक्त होईल. जसे, चित्रपट कलाकारांमध्ये एखाद्याला एक कलाकार आवडतो तर दुसऱ्याला दुसरा. त्याचप्रमाणे सुरुवातीला ईश्वराचा किमान एखादा चेहरा (रूप) तरी आवडायला हवा. त्यामुळे कमीत कमी मनुष्य भक्तीचे पहिले पाऊल तरी उचलेल. त्यानंतर तो चेहऱ्याच्या (आकाराच्या) पलीकडे जाईल आणि मग त्याच्यात खरे – निर्भेळ सत्य प्रकट होऊ लागेल. सुरुवातीला मात्र आकारामुळे होणाऱ्या मदतीचा लाभ घ्यायला हवा, ज्यायोगे योग्य प्रकारे बजरंग बलीची पूजा घडेल.

हनुमानाची खरी उपासना

हनुमानाचे भक्त हनुमानाची उपासना तर करतात, परंतु संपूर्ण आशय त्यांना ज्ञात नसतो. ते संपूर्ण अर्थ, सगळी माहिती करून न घेताच सतत हनुमान चालिसा म्हणत राहतात. याचाच अर्थ, नकळतपणे ते अहंकार चालिसाच गुणगुणतात. आपण हनुमानांची उपासना का करत आहोत, हे बऱ्याचशा भक्तांना ठाऊकही नसते. ही गोष्ट जाणून, हनुमानांच्या गुणांवर अशा प्रकारे लक्ष केंद्रित करायला हवे, ज्यामुळे त्यांचे गुण आपल्या जीवनाचा अविभाज्य भाग बनतील.

असंख्य संकटे आणि अडचणी समोर असूनही अखंडित सेवाकार्य कसे करायचे, याचे ज्ञानही आपण रामभक्त हनुमानांकडून मिळवू शकतो. हनुमानांची उपासना करताना 'सेवेच्या मार्गात' येणाऱ्या अडचणींवर मात कशा प्रकारे करायची, हेदेखील त्याद्वारे आपल्याला समजते.

हनुमानांच्या अनंत गुणांवर आणि लीलांवर गंभीरपणे, गहनतेने मनन करणे हीच हनुमानाची खरी उपासना आहे. हीच उपासना आपल्याला त्यांच्या निकट घेऊन जाते. इतकी समीप, की हनुमानांचे सगळे गुण आपल्यामध्ये येतील. खरा भक्त तोच जो आपले गुरू, ईश्वर किंवा इष्टदेव याच्या गुणांवर अत्यंत सखोल मनन करून, ते सर्व गुण स्वतःमध्ये उतरवण्याचा प्रयत्न करतो.

वीर हनुमान हे स्वतःच संकटांचे, दुःखांचे मोक्षदाता आहेत. त्यामुळे आपल्या मार्गात अडथळे येणारच कसे? हनुमानांची समर्पित बुद्धी, श्रीरामांविषयी असणारी त्यांची अनुपम भक्ती यांकडे आपण डोळसपणे बघितले, तर आपली दिशा आणि लक्ष्यही निश्चित होईल. त्यानंतर आपणही कोणत्याही अडचणीशिवाय, बाधेशिवाय निर्विघ्नपणे आपले ध्येय पूर्ण कराल, यात शंकाच नाही.

हनुमानाने श्रीरामांच्या इच्छापूर्तीसाठी समग्र भावनेने सेवा केली. आपलं तनमन अर्पण करून श्रीरामांची सर्व कार्यं जीवापाड पार पाडली.

हनुमानांच्या याच गुणांचं स्मरण करून, आपण कशा प्रकारची सेवा करू शकतो? त्या सेवेमध्ये कोणत्या अडचणी येऊ शकतात? आपले पॅटर्न, चुकीच्या सवयी, वृत्ती कोणत्या प्रकारच्या आहेत? अडचणींमागची कारणं कोणती आहेत? हे पॅटर्नस् असूनही आपण काय करू शकतो? या सर्वांचा विचार करून आपल्याला आपली दिशा निश्चित करावी लागेल, ध्येय आखावं लागेल.

हनुमानांकडे काय मागाल?

या पुस्तकाच्या माध्यमातून हनुमानांच्या चरित्राचे विविध पैलू, कंगोरे खोलवर अभ्यासण्याची संधी आपल्याला मिळत आहे. हनुमानांकडे आपण काय मागाल? हनुमानांकडे तेच मागायला हवे, जे ते देऊ शकतात, जे त्यांच्याकडे उपलब्ध आहे. हनुमानांचे गुण आपल्याला धारण करता यावेत म्हणून त्यांना कोणती प्रार्थना करणे योग्य ठरेल? आपल्या प्रार्थनेमध्ये बुद्धी, बळ आणि भक्ती यांचा धावा असायला हवा. बुद्धीचे वरदान मागताना 'भक्तिदायिनी बुद्धी'ची मागणी करायला हवी. बल किंवा बळ हा शब्द इथे शारीरिक बळासंबंधी वापरलेला नसून तो आत्मपरीक्षणाच्या सामर्थ्याबाबत आहे. आत्मपरीक्षण करण्याचे धैर्य असणाराच खऱ्या अर्थाने बलवान असतो. आत्मपरीक्षक हाच अत्यंत स्वाभाविकपणे आणि सहजतेने आत्मनियंत्रण प्राप्त करतो. असे बलशाली लोकच बलिदान करण्यासाठी सक्षम असतात. आत्मसंयम असणारेच त्याग करू शकतात. लोभापासून किंवा स्वार्थापासून पूर्णतः मुक्त असणारेच इतरांना सहजतेने देऊ शकतात. परंतु ज्यांचे मन जिलेबीच्या आणि रसगुल्ल्याच्या स्वादात, लोभात रमलेले असेल, ते इतरांसाठी या गोष्टींचा त्याग कसा करणार?

हनुमानांकडून आपण त्यागाचे आणि बलिदानाचे सामर्थ्य देणाऱ्या बळाचीच मागणी करायला हवी. असा त्याग आणि बलिदान अव्यक्तिगत सेवेमुळे वाढतो आणि प्रेमाने फळतो-फुलतो. कारण प्रेमपूर्वक घडणारे बलिदान हेच खरे बलिदान आहे. आत्मसंयम आणि आत्मनियंत्रण यामुळे घडणाऱ्या त्यागालाच खरा त्याग म्हणतात. कारण असा त्याग म्हणजे प्रेमाची परिसीमा, भक्तीचेच फळ आहे, असे म्हणता येईल. म्हणून हनुमानांकडे आपण अशीच बुद्धी, बळ आणि भक्ती प्राप्त होण्याची प्रार्थना करायला हवी.

खरी उपासना

'भगवान बनून भगवंताची उपासना करावी' हा उपासनेचा मूळ सिद्धान्त आहे. उपासनामधील 'उप' शब्दाचा अर्थ आहे जवळ आणि 'आसना' म्हणजे स्थित होणे. ज्या उपासनेद्वारे गुरूंमध्ये, त्यांच्या गुणधर्मरूपी शक्तींमध्ये, समीपतेचा संबंध स्थापित होतो, हृदयामध्ये तन्मयता आणि तद्रूपता येते, तीच खरी उपासना. यासंबंधी हनुमानांच्या गुणांमध्ये असणारी एकरूपता आपल्याला खूप काही शिकवते.

खऱ्या हनुमान उपासनेद्वारे तुम्ही बुद्धी, बळ, कीर्ती, शौर्य, निर्भयता, आरोग्य, सुदृढता आणि शुभभावना इत्यादी गुण प्राप्त करू शकता.

हनुमानांचे चरित्र हे कर्म, भक्ती आणि ज्ञान यांचा त्रिवेणी संगम आहे. ज्यामध्ये स्नान केल्याने भक्ताचे कल्याणच होते.

देशाच्या नवीन पिढीसमोर आज श्रीराम आणि हनुमान यांचे चरित्र हे सामान्य जीवनानुसार पुन्हा सुटसुटीत पद्धतीने मांडण्याची आवश्यकता आहे. परिणामी, लोकांमध्ये समता, खरी सेवा आणि भक्तीची भावना सहजपणे जागृत होईल. त्याचप्रमाणे प्रेमाचा व शांतीचा मार्ग अंगीकारून लोक आपले जीवन शुद्ध आणि सफल बनवतील.

हनुमानांचे जीवनचरित्र वाचल्यानंतर असा विचार करा, की आपल्यामध्येदेखील त्याच शक्यता आहेत, ज्या अवतारी पुरुषांमध्ये असतात. अवतारी पुरुषांनी केलेली महान कार्ये आपणही करू शकतो. 'ही तर आपल्या आवाक्यातील गोष्ट नाही' असा बहाणा यासंबंधी करू नका. आपल्यातदेखील हनुमानांसारखी भक्ती जागृत होऊ शकते. आपले शरीरही मंदिर बनू शकते. त्यामध्ये श्रीरामाचा अर्थात् सत्याचा कायमस्वरूपी निवास होऊ शकतो. मात्र, यासाठी आपण हनुमानांचे सर्व गुण आत्मसात करण्याचा प्रयत्न करायला हवा. मग तो आपल्या गुरूंविषयी असणारा सेवाभाव असो किंवा आपल्या जीवनाची लक्ष्यपूर्ती! हनुमानांची उपासना

---

* हनुमान या नावासहित त्यांची बारा नावे आहेत. दुसरे - अंजनीसुत, तिसरे - वायुपुत्र, चौथे - महाबली, पाचवे - रामेष्ट (रामाचे इष्ट किंवा प्रिय), सहावे - फाल्गुनसखा (अर्जुनाचे मित्र), सातवे - पिंगाक्ष (भुऱ्या डोळ्यांचे), आठवे - अमितविक्रम, नववे - उदधिक्रमण (समुद्रावर अतिक्रमण करणारे), दहावे - सीताशोकविनाशन (सीतामातेच्या शोकांचा/दुःखांचा नाश करणारे), अकरावे - लक्ष्मणप्राणदाता (लक्ष्मणांना संजीवनीद्वारे जिवंत करणारे) आणि बारावे - दशग्रीवदर्पहा (रावणाचा अहंकार दूर करणारे). ही नावे हनुमानांच्या गुणांची द्योतक आहेत.

केल्याने त्यांच्या प्रेरणेमुळे आपण सगळ्या विघ्नांवर आणि अडचणींवर मात करून सत्याच्या मार्गावर निश्चितच अग्रेसर होऊ शकतो.

भक्तशिरोमणी हनुमानांची कार्ये, आचारविचार तसेच वर्तणूक समस्त मानवजातीसाठी परम कल्याणकारक असा उपदेश आहे. या उपदेशाचा अभ्यास करून प्रत्येक जण आपले लौकिक आणि पारलौकिक जीवन सफल बनवू शकतो. त्यामुळे लौकिक जगामध्ये हनुमानांना सर्वसमर्थ, अष्ट सिद्धी आणि नऊ निधींचे दाता मानले आहे.

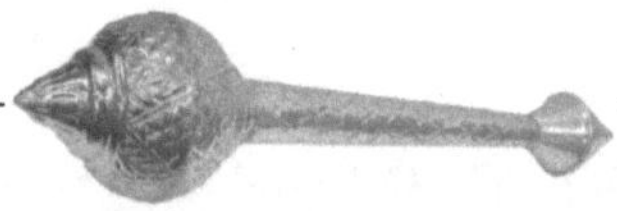

आपण सदैव श्रीरघुनाथांना समर्पित आहात. आपल्याकडे असाध्य रोगांची औषधी 'राम-नाम' आहे.

- हनुमान/भक्ती-चालिसा

४

हनुमानाच्या मंदिरामध्ये स्त्रियांना प्रवेश निषिद्ध
चुकीची धारणा

स्त्रियांनी कधीही हनुमानाची पूजा करू नये... हनुमानाच्या मंदिरामध्ये स्त्रियांना प्रवेश निषिद्ध आहे... हनुमानांची उपासना, आराधना, अर्चना ठरावीकच लोक करू शकतात... अशा हनुमानांसंबंधी काही धारणा विशेष उद्देशामुळे तयार झाल्या. काही लोक मंदिरामध्येही फॅशन परेड करतात. त्यामुळे लोकांचे लक्ष विचलित होते आणि मंदिरात जाण्याचा हेतू साध्य होत नाही. म्हणून किमान हनुमानाच्या मंदिरामध्ये तरी असे घडू नये, तिथे येणाऱ्या लोकांचे ध्यान आपल्या लक्ष्यावरून भरकटू नये, त्यांनी आपल्या उद्देशावर ठाम राहावे यासाठी ही खबरदारी बाळगली जाते.

आपल्या पूर्वजांनी काही धारणा बनवल्या होत्या, जी त्या काळाची आवश्यकता होती. पण आता काळ बदलला आहे. आजच्या युवा पिढीमध्ये स्त्री-पुरुष असा कोणताही भेदभाव नाही. त्यामुळे हनुमान उपासनेचा संपूर्ण अर्थ स्पष्ट असणारा प्रत्येक जण या उपासनेचा लाभ घेऊ शकतो. मग ती मुलगी असो अथवा मुलगा, त्याने कोणताही फरक पडत नाही. कारण प्रत्येकानेच एका विशिष्ट वयापर्यंत संयम बाळगण्याची आवश्यकता असते.

योग्य समज असेल तर आजच्या युवा पिढीमध्ये स्त्री आणि पुरुष दोघांचाही उद्देश पूर्ण करण्यासाठी हनुमानांची वेगवेगळी मंदिरे बनवता येतील. त्यातील काही मंदिरे ही पुरुषांसाठी तर काही स्त्रियांसाठी अशी त्याची विभागणी करता येईल. ज्यामुळे दोघेही विशिष्ट कालावधीपर्यंत स्वत:ला वासनांपासून दूर ठेवण्यात सफल होतील.

हे आजचे नवीन विचार आहेत. पण जोपर्यंत लोकांना संपूर्ण बाब स्पष्टपणे समजत नाही, तिचा स्वीकार होत नाही, तोपर्यंत कमीत कमी हे पुस्तक वाचणाऱ्यांनी तरी स्वत:साठी या गोष्टीवर अवश्य मनन करायला हवे.

आजचे युग कॉम्प्युटरचे युग आहे. समजा, कुणाला मंदिरात जायला वेळ नसेल, तरी तो कॉम्प्युटरवर ईश्वराचे दर्शन घेऊ शकतो. पण महत्त्वाची बाब म्हणजे आपल्या अंतरंगात सत्याप्रत पोहोचवणारे, सत्यामध्ये स्थापित होण्यासाठी आवश्यक असणारे भाव जागृत व्हायला हवेत.

हे पुस्तक वाचल्यानंतर आपला अभिप्राय कृपया या पत्त्यावर अवश्य पाठवा.
Tej Gyan Global Foundation
Pimpri Colony Post Office, P. O. Box 25, Pune - 411 017. Maharashtra (India).

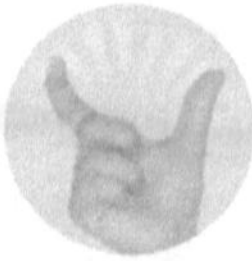

स्वीकार मंत्र मुद्रा

सरश्री : एक अल्प परिचय

सरश्रींचा आध्यात्मिक शोधाचा प्रवास त्यांच्या बालपणापासूनच सुरू झाला होता. हा शोध सुरू असताना त्यांनी अनेक प्रकारच्या पुस्तकांचा अभ्यास केला. त्याचबरोबर आपल्या आध्यात्मिक शोधात मग्न राहून त्यांनी अनेक ध्यानपद्धतींचा अभ्यास केला. त्यांच्या या शोधाने त्यांना अनेक वैचारिक आणि शैक्षणिक संस्थांमध्ये जाण्यासाठी प्रेरित केले. तरीही अंतिम सत्यापासून ते अद्याप दूरच होते.

सत्यप्राप्तीच्या शोधासाठी जास्तीत जास्त वेळ देता यावा, या तीव्र इच्छेने त्यांना, ते करत असलेले अध्यापनाचे कार्य थांबवण्यास प्रवृत्त केले. जीवनाचे रहस्य समजण्यासाठी त्यांनी बराच काळ मनन करून आपले शोधकार्य सातत्याने सुरू ठेवले. या शोधाच्या शेवटी त्यांना 'आत्मबोध' प्राप्त झाला. आत्मसाक्षात्कारानंतर त्यांना जाणवले, की अध्यात्मातील प्रत्येक मार्ग ज्या एका कडीने जोडलेला आहे, ती आहे 'समज' (Understanding).

सरश्री म्हणतात, 'सत्यप्राप्तीच्या सर्व मार्गांचा आरंभ वेगवेगळ्या प्रकारे होत असला तरी सर्वांच्या शेवटी मात्र एकच समज प्राप्त होते. ही 'समज'च सर्व काही असून, ती स्वत:मध्येच परिपूर्ण आहे. आध्यात्मिक ज्ञानप्राप्तीकरिता या 'समजे'चे श्रवणसुद्धा पुरेसे आहे.' हीच 'समज' प्रदान करण्यासाठी सरश्रींनी 'तेजज्ञान फाउंडेशन'ची निर्मिती केली. तेजज्ञान ही आत्मविकासातून आत्मसाक्षात्कार प्राप्त करण्याची परिपूर्ण ज्ञानप्रणाली आहे.

आजवर सरश्रींनी तीन हजारांहून अधिक प्रवचने दिली आहेत. या प्रवचनांद्वारे ते अध्यात्मातील अतिशय गहन संकल्पना सहज, सुलभ आणि व्यावहारिक भाषेत समजावून सांगतात. समाजातील प्रत्येक स्तरांवरील मनुष्य सरश्रींद्वारे सांगितल्या जाणाऱ्या या समजेचा लाभ घेऊ शकतो.

ही समज प्रत्येकाला आपल्या अनुभवातून प्राप्त व्हावी, यासाठी सरश्रींनी

'महाआसमानी परमज्ञान शिबिर' आणि त्यासाठी आवश्यक असणारी कार्यप्रणाली (सिस्टिम) तयार केली. तिचा लाभ आज लाखो लोक घेत आहेत. या प्रणालीला आयएसओ (ISO 9001:2015) प्रमाणपत्रही लाभले आहे. या प्रणालीमुळेच अनेकांना सत्यमार्गावर वाटचाल करण्याची प्रेरणा मिळाली आहे. या समजेचा प्रचार आणि प्रसार करण्यासाठी त्यांनी 'तेजज्ञान फाउंडेशन' या आध्यात्मिक संस्थेचा पाया रचला. 'हॅपी थॉट्सद्वारे उच्चतम विकसित समाजाची निर्मिती करणे,' हेच या संस्थेचे मुख्य उद्दिष्ट आहे.

विश्वातील प्रत्येक मनुष्य आज सरश्रींच्या मार्गदर्शनाचा लाभ घेऊ शकतो. त्यासाठी कोणत्याही धर्म, जात, उपजात, वर्ण, पंथ वा लिंग यांचे बंधन नसते. विश्वाच्या प्रत्येक कानाकोपऱ्यांतील लोक आज 'तेजज्ञान'च्या अनोख्या ज्ञानप्रणालीचा (System for Wisdom) लाभ घेत आहेत. याच व्यवस्थेचा आणखी एक महत्त्वपूर्ण भाग म्हणजे, दररोज सकाळी आणि रात्री ९ वाजून ९ मिनिटांनी लाखो लोक विश्वशांतीसाठी प्रार्थना करत आहेत.

बेस्ट सेलर पुस्तक *विचारनियम* शृंखलेचे रचनाकार म्हणूनही सरश्रींना ओळखले जाते. केवळ पाच वर्षांच्या कालावधीत या पुस्तकाच्या एक कोटीपेक्षा अधिक प्रती वितरित झाल्या आहेत. याशिवाय आजवर त्यांनी विविध विषयांवर १०० हून अधिक पुस्तके लिहिली आहेत. त्यांपैकी *विचार नियम, स्वसंवाद एक जादू, शोध स्वतःचा, स्वीकाराची जादू, निःशब्द संवाद एक जादू, संपूर्ण ध्यान* इत्यादी पुस्तके बेस्ट सेलर झाली आहेत. ऐंशीपेक्षा जास्त पुस्तकांची रचना केली आहे. ही पुस्तके दहापेक्षा अधिक भाषांमध्ये अनुवादित केली गेली असून पेंग्विन बुक्स, हे हाउस पब्लिशर्स, जैको बुक्स, मंजुल पब्लिशिंग हाउस, प्रभात प्रकाशन, राजपाल अँण्ड सन्स, पेंटागॉन प्रेस आणि सकाळ प्रकाशन इत्यादी प्रमुख प्रकाशन संस्थांद्वारे प्रकाशित केली गेली आहेत.

तेजज्ञान फाउंडेशन परिचय

तेजज्ञान फाउंडेशन हा आत्मविकासातून आत्मसाक्षात्कार प्राप्त करण्याचा एक प्रभावी मार्ग आहे. यासाठी सरश्रींद्वारा एक अनोखी बोधप्रणाली (System for Wisdom) निर्माण करण्यात आली आहे. या प्रणालीला आंतरराष्ट्रीय प्रमाणपत्र ISO 9001:2015चे निकष पडताळून आणि त्यांच्या मार्गदर्शक सूचनांनुसार सरळ, व्यावहारिक आणि प्रभावी बनवले गेले आहे.

या संस्थेच्या प्रबोधनपद्धतीच्या भिन्नभिन्न पैलूंना (शिक्षण, निरीक्षण आणि गुणवत्ता) स्वतंत्र गुणवत्ता परीक्षकांद्वारे (Quality Auditors) क्रमबद्ध पद्धतीने पडताळले गेले आणि त्यानंतर या पैलूंना ISO 9001:2015साठी पात्र समजून या बोधपद्धतीला हे प्रमाणपत्र प्रदान करण्यात आले आहे.

या फाउंडेशनचे उद्दिष्ट आहे आपणास नकारात्मक विचारांकडून सकारात्मक विचारांकडे अग्रेसर करणे. सकारात्मक विचारांकडून शुभ विचारांकडे म्हणजे हॅपी थॉट्सकडे (विधायक आणि आनंदी विचारांकडे) प्रगती. शुभ विचारांकडून निर्विचार अवस्थेकडे मार्गक्रमण आणि निर्विचार अवस्थेच्या अंती आत्मसाक्षात्कार प्राप्ती शक्य आहे. 'मी सर्व विचारांपासून मुक्त व्हावे' हा विचार म्हणजे शुभ विचार (हॅपी थॉट्स) आणि 'मी सर्व इच्छांतून मुक्त व्हावे', अशी इच्छा म्हणजे शुभ इच्छा.

तेजज्ञान म्हणजे ज्ञान व अज्ञान या दोहोंच्या पलीकडचे ज्ञान. पुष्कळ लोक सामान्य ज्ञानाच्या (General Knowledge) माहितीलाच ज्ञान मानतात; परंतु अस्सल ज्ञान आणि नुसती माहिती यांत फार मोठे अंतर आहे. आजमितीला लोक सामान्य ज्ञानाच्या उत्तरांनाच जास्त महत्त्व देतात. अशा ज्ञानाचे विषय म्हणजे कर्म आणि भाग्य, योग आणि प्राणायाम, स्वर्ग आणि नरक इत्यादी. आजच्या युगात सामान्य ज्ञान प्राप्त करणारे लोक, आणि असा उपदेश करणारे शिक्षक मोठ्या

प्रमाणावर आहेत; परंतु अशा ज्ञानाच्या प्राप्तीने जीवनात काही महत्त्वाचे परिवर्तन घडून येत नाही. असे ज्ञान म्हणजे केवळ बुद्धिविलास आहे किंवा अध्यात्माच्या नावावर चाललेला बुद्धीचा व्यायाम आहे.

सर्व समस्यांवरील उपाय आहे तेजज्ञान. क्रोध, चिंता आणि भय यांपासून मुक्त जीवन म्हणजे तेजज्ञान. शारीरिक, मानसिक, सामाजिक, आर्थिक आणि आध्यात्मिक प्रगतीचा, सर्वांगीण प्रगतीचा मार्ग आहे तेजज्ञान. तेजज्ञान आपल्या अंतरंगात आहे. इथे या आणि या गोष्टीचा अनुभव घ्या.

आपल्याला आता असे ज्ञान हवे आहे, जे सामान्य ज्ञानापलीकडे आहे, जे प्रत्येक समस्येवरील उत्तर आहे, जे सर्व प्रकारच्या गृहीत धारणांपासून आपल्याला मुक्त करते, ईश्वरी साक्षात्कार घडवते, जे आपणास अंतिम सत्यात स्थापित करते. आता वेळ आली आहे शाब्दिक सामान्य ज्ञानातून बाहेर पडून तेजज्ञानाचा अनुभव घेण्याची!

आजवर जपतप, तंत्र-मंत्र, कर्म-भाग्य, ध्यान-ज्ञान, योग-भक्ती असे अनेक मार्ग अध्यात्मात सांगितले गेले आहेत. या सर्व मार्गांनी प्राप्त होणारी अंतिम समज, अंतिम ज्ञान, बोध एकच आहे. अंतिम सत्याच्या जिज्ञासूला, साधकाला शेवटी जी एकच 'समज' प्राप्त होते, ती 'समज' श्रवणानेसुद्धा प्राप्त होऊ शकते. अशा समजप्राप्तीसाठी श्रवण करणे यालाच तेजज्ञान प्राप्त करणे म्हटले गेले आहे. तेजज्ञानाच्या श्रवणाने सत्याचा साक्षात्कार घडतो, ईश्वरी अनुभव मिळतो. हेच तेजज्ञान सरश्री महाआसमानी शिबिरात प्रदान करतात.

महाआसमानी परमज्ञान शिबिर (निवासी)

परिचय आणि लाभ

तुम्हांला सर्वोच्च आनंद हवा आहे? असा आनंद, जो कोणत्याही बाह्य कारणावर अवलंबून नाही... जो प्रत्येक क्षणी वृद्धिंगत होतो. या जीवनात तुम्हांला प्रेम, विश्वास, शांती, समृद्धी आणि परमसंतुष्टी हवी आहे का? शारीरिक, मानसिक, सामाजिक, आर्थिक आणि आध्यात्मिक अशा आयुष्याच्या सर्व स्तरांवर यशस्वी होण्याची तुमची इच्छा आहे का? 'मी कोण आहे' हे तुम्हांला अनुभवाने जाणावेसे वाटते का?

तुमच्या अंतर्यामी अशा सर्व प्रश्नांची उत्तरे जाणण्याची इच्छा आणि 'अंतिम सत्य' प्राप्त करण्याची तृष्णा असेल, तर तेजज्ञान फाउंडेशनतर्फे आयोजित 'महाआसमानी परमज्ञान शिबिरा'त तुमचे स्वागत आहे. हे शिबिर आजच्या युगातील आध्यात्मिक गुरू सरश्री यांच्या मार्गदर्शनावर आधारित आहे. सरश्री आजच्या लोकभाषेत अत्यंत सहजपणे आध्यात्मिक समज प्रदान करतात.

महाआसमानी परमज्ञान शिबिराचा उद्देश

विश्वातील प्रत्येक मनुष्याने 'मी कोण आहे', या प्रश्नाचे उत्तर जाणून तो सर्वोच्च आनंदाच्या अवस्थेत स्थापित व्हावा, हाच या शिबिराचा मुख्य उद्देश आहे. प्रत्येकाला असे ज्ञान प्राप्त व्हावे, जेणेकरून त्याने प्रत्येक क्षणी वर्तमानात जगण्याची कला आत्मसात करावी. तो भूतकाळाचे ओझे आणि भविष्याची चिंता यांतून मुक्त व्हावा. प्रत्येकाच्या आयुष्यात कधीही न संपणारा आनंद आणि योग्य समज यावी. शिवाय, प्रत्येकाने समस्या विलीन करण्याची कला आत्मसात करावी. थोडक्यात, मनुष्यजन्माचा उद्देश सफल व्हावा, हाच या शिबिराचा उद्देश आहे.

'मी कोण आहे? मी इथे का आहे? मोक्ष म्हणजे काय? या जन्मातच मोक्षप्राप्ती शक्य आहे का?' असे प्रश्न जर तुमच्या मनात असतील, तर त्यांवरील उत्तर आहे -'महाआसमानी परमज्ञान शिबिर'.

महाआसमानी परमज्ञान शिबिराचे मुख्य लाभ

वास्तविक या शिबिराचे लाभ तर असंख्य आहेत; पण त्यांपैकी मुख्य लाभ पुढीलप्रमाणे:

- जीवनात शक्तिशाली ध्येय निश्चित होते.
- 'मी कोण आहे' हे अनुभवाने जाणता येते (सेल्फ रियलायजेशन).
- मनाचे सर्व विकार विलीन होतात.
- भय, चिंता, क्रोध, बोरडम, मोह, तणाव या नकारात्मक बाबींतून मुक्ती मिळते.
- प्रेम, आनंद, मौन, समृद्धी, संतुष्टी, विश्वास अशा दिव्य गुणांशी युती होते.
- साधे, सरळ पण शक्तिशाली जीवन जगता येते.
- प्रत्येक समस्येचे निराकरण करण्याची कला प्राप्त होते.
- 'प्रत्येक क्षण वर्तमानात जगणे' हा तुमचा स्वभाव बनतो.
- आपल्यातील सर्व सकारात्मक शक्यता खुलतात.
- याच जीवनात मोक्षप्राप्ती होते.

महाआसमानी परमज्ञान शिबिरात सहभागी कसे व्हाल?

या शिबिरात सहभागी होण्यासाठी तुम्हांला पुढील बाबींची पूर्तता करायची आहे -

१. तुमचे वय कमीत कमी अठरा किंवा त्यापेक्षा अधिक असायला हवे.

२. सर्वप्रथम तुम्हांला 'सत्य-स्थापना' (फाउंडेशन ट्रुथ रिट्रीट) शिबिरात सहभागी व्हावे लागेल. या शिबिरात, तुम्ही प्रामुख्याने दोन बाबी शिकाल - प्रत्येक क्षण वर्तमानात जगण्याची कला कशी आत्मसात करावी आणि निर्विचार अवस्था कशी प्राप्त करावी.

३. प्राथमिक स्तरावर तुम्हांला काही प्रवचने ऐकायची असून, त्यांतून तुम्ही मूलभूत समज आत्मसात कराल आणि महाआसमानी परमज्ञान शिबिरात प्रवेश करण्यासाठी तयार व्हाल.

हे शिबिर साधारणपणे एक-दोन महिन्यांच्या अंतराने आयोजित केले जाते. यात हजारो सत्यशोधक सहभागी होतात. या शिबिराची पूर्वतयारी तुम्ही दोन

पद्धतीने करू शकता. पहिल्या पद्धतीत पुणे येथील मनन आश्रमात पाच दिवसीय शिबिरात भाग घेऊ शकता. दुसऱ्या पद्धतीत तेजज्ञान फाउंडेशनच्या नजीकच्या सेंटरवर जाऊन सत्यश्रवणाद्वारेही करू शकता.

महाराष्ट्रात अहमदनगर, सातारा, औरंगाबाद, नाशिक, नागपूर, वर्धा, अमरावती, चंद्रपूर, यवतमाळ, कोल्हापूर, सांगली, रत्नागिरी, लातूर, बीड, नांदेड, परभणी, पनवेल, मुंबई, ठाणे, सोलापूर, पंढरपूर, जळगाव, अकोला, बुलढाणा, धुळे, भुसावळ आणि महाराष्ट्राबाहेर सुरत, अहमदाबाद, बडोदा, नवी दिल्ली, बंगळुरू, बेळगाव, धारवाड, रायपूर, भुवनेश्वर, कोलकाता, रांची, लखनौ, कानपूर, चंदीगढ, जयपूर, चेन्नई, पणजी, म्हापसा, भोपाळ, इंदोर, इटारसी, हरदा, विदिशा, बऱ्हाणपूर या ठिकाणी महाआसमानी परमज्ञान शिबिराची पूर्वतयारी करू शकता.

तेजज्ञान फाउंडेशनमध्ये उपलब्ध असणाऱ्या सरश्री लिखित पुस्तकांचे वाचन करून किंवा सरश्रींच्या प्रवचनांच्या सीडीज ऐकूनही तुम्ही या शिबिराची पूर्वतयारी करू शकता. याशिवाय, तुम्ही टीव्ही, रेडिओ किंवा यू-ट्युबवरील सरश्रींच्या प्रवचनांचा लाभही घेऊ शकता. मात्र एक गोष्ट लक्षात घ्या, पुस्तकांतील ज्ञान, सीडी, टीव्ही, रेडिओ आणि यू-ट्युब यांवरील प्रवचने म्हणजे 'तेजज्ञानाची तोंडओळख' आहे; 'संपूर्ण तेजज्ञान' मुळीच नाही. तुम्ही महाआसमानी परमज्ञान शिबिरात सहभागी होऊनच तेजज्ञानाचा आनंद घेऊ शकता. तेव्हा आगामी महाआसमानी परमज्ञान शिबिरात सहभागी होण्यासाठी आजच संपर्क करा : ०९९२१००८०६०/७५, ९०११०१३२०८

महाआसमानी परमज्ञान शिबिरस्थान

हे शिबिर पुण्यातील मनन आश्रम इथे आयोजित केले जाते. इथे तुमच्या निवासाची आणि भोजनाची व्यवस्था केली जाते. तुम्हांला काही शारीरिक व्याधी असतील आणि त्यासाठी जर तुम्ही नियमितपणे औषधे घेत असाल, तर शिबिरात येताना ती सोबत बाळगावीत. शिवाय, वातावरणानुसार गरम कपडे, स्वेटर, ब्लँकेटही आणावे.

पुणे शहरापासून १७ किलोमीटर अंतरावर निसर्गरम्य परिसरात मनन आश्रम वसलेला आहे. आश्रमात महिला आणि पुरुष यांच्या निवासाची स्वतंत्र व्यवस्था असून, इथे जवळपास ८०० लोकांच्या राहण्याची व्यवस्था आहे. आपण हवाईमार्ग, हायवे किंवा रेल्वे अशा कोणत्याही मार्गाने पुण्यात येऊ शकता.

मनन आश्रम

मनन आश्रम, पुणे, सर्व्हे नं. ४३, सणस नगर, नांदोशी गाव, किरकटवाडी फाटा, तालुका हवेली, जिल्हा पुणे- ४११०२४. फोन : ०९९२१००८०६०

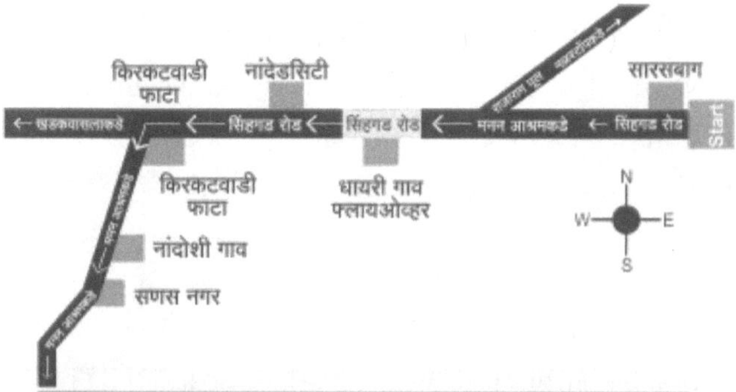

तेजज्ञान फाउंडेशनच्या मुख्य शाखा

- **पुणे सेंटर : (रजिस्टर्ड पत्ता)**
  विक्रांत कॉम्प्लेक्स, तपोवन मंदिराजवळ, पिंपरी, पुणे ४११ ०१७
  दूरध्वनी : ०२०-२७४१ १२४०, २७४१ २५७६
- मनन आश्रम, पुणे : सर्व्हे क्रमांक ४३, सणसनगर, नांदोशी गाव, किरकटवाडी फाटा, तालुका हवेली, जिल्हा पुणे ४११ ०२४
  दूरध्वनी : ०२०-२४३२ १९२५, भ्रमणध्वनी : ०९९२१० ०८०६०

तेजज्ञान इंटरनेट रेडिओ

तेजज्ञान इंटरनेट रेडिओद्वारे २४ तास ३६५ दिवस,
सरश्रींच्या प्रवचनांचा आणि भजनांचा लाभ घ्या. त्यासाठी पाहा लिंक
http://www.tejgyan.org internetradio.aspx

विश्वशांती प्रार्थना

पृथ्वीवर शुभ्र प्रकाश (दिव्यशक्ती) येत आहे,
पृथ्वीतून सोनेरी प्रकाशाचा (चेतनेचा) उदय होत आहे.
विश्वातील सगळी नकारात्मकता दूर होत आहे.
सर्व जण प्रेम, आनंद आणि शांतीसाठी ग्रहणशील होत आहेत.

ही 'सामुदायिक अव्यक्तिगत प्रार्थना' तेजज्ञान फाउंडेशनचे सर्व सदस्य कित्येक वर्षांपासून सातत्याने करत आहेत. आनंदी लोकदेखील ही प्रार्थना करू शकतात. तसेच आजारी किंवा कोणत्याही समस्येमुळे त्रस्त असणारे लोकही ही प्रार्थना ग्रहण करून स्वास्थ्यलाभ घेऊ शकतात.

तुम्ही एखाद्या आजाराने वा समस्येने त्रस्त असाल, तर सकाळी अथवा रात्री ९ वाजून ९ मिनिटांनी ग्रहणशील होऊन शांत बसा. 'स्वास्थ्य आणि शांती यांचा शुभ्र प्रकाश प्रार्थना करणाऱ्या कित्येक लोकांद्वारे पृथ्वीवर येत आहे. त्याचप्रमाणे तो माझ्यावरही कार्य करत आहे. जेणेकरून मी स्वस्थ आणि शांत होत आहे.' असे मनात म्हणा. त्यानंतर काही वेळ याच भावावस्थेत राहून सर्वांना धन्यवाद द्या आणि मगच उठा.

आपणास हवी असलेली पुस्तके घरपोच मिळण्यासाठी मनीऑर्डर पाठवा.
ही पुस्तके आमच्या खर्चाने
रजिस्टर्ड पोस्ट, कुरिअर आणि व्हीपीपीद्वारे पाठवली जातील.
त्यासाठी खालील पत्त्यावर संपर्क साधावा.

❖❖❖❖

वॉव पब्लिशिंग्ज प्रा. लि.

● रजिस्टर्ड ऑफिस : E-४, वैभव नगर, तपोवन मंदिराजवळ, पिंपरी, पुणे ४११ ०१७
● पोस्ट बॉक्स नं. ३६, पिंपरी कॉलनी पोस्ट ऑफिस, पिंपरी, पुणे ४११ ०१७
भ्रमणध्वनी क्रमांक : ०९०११०१३२१० / ९६२३४५७८७३

आपण पुस्तकांची ऑर्डर ऑनलाईनही देऊ शकता.
www.gethappythoughts.org वर लॉग इन करा.
३०० रूपयांहून अधिक किमतीची पुस्तके मागवल्यास
१०% सूट आणि **डिलिव्हरी फ्री** मिळेल.

e-books
The Source ● Complete Meditation ● Ultimate Purpose of Success ● Enlightenment ● Inner Magic ● Celebrating Relationships ● Essence of Devotion ● Master of Siddhartha ● Self Encounter and many more.
Also available in Hindi at gethappythoughts.org

Free apps
U R Meditation & Tejgyan Internet Radio on all platforms like Android, iPhone, iPad and Amazon

e-magazines
'Yogya Aarogya' & 'Drushtilakshya'
emagazines available on www.magzter.com

e-mail
mail@tejgyan.com

website
www.tejgyan.org, www.gethappythoughts.org

बेस्टसेलर पुस्तक 'विचारनियम'चे रचनाकार सरश्री यांची अन्य श्रेष्ठ पुस्तके

१. आध्यात्मिक विकास साधण्यासाठी या पुस्तकांचा अवश्य लाभ घ्यावा :

- जीवनाची दोन टोकं : ध्यान आणि धन
- रामायण वनवास रहस्य
- संत ज्ञानेश्वर : समाधीरहस्य आणि जीवनचरित्र
- अंतर्मनाच्या शक्तीपलीकडील आत्मबळ
- मृत्यू उपरांत जीवन : मृत्यू मोका की धोका?
- क्षमेची जादू : क्षमेचे सामर्थ्य जाणा, सर्व दु:खांपासून मुक्त व्हा
- प्रेमनियम : प्लास्टिक प्रेमातून मुक्ती
- धर्मयोग : स्वभाव हाच धर्म

२. स्व-विकासासाठी या पुस्तकांचा लाभ घ्यावा :

- विचारनियम : आपल्या यशाचे रहस्य
- विकासनियम : आत्मसंतुष्टीचे रहस्य
- परिवारासाठी विचार नियम : हॅपी फॅमिलीची सात सूत्र
- आळसावर मात : उत्साही जीवनाची सुरुवात
- स्वसंवाद एक जादू : आपला रिमोट कंट्रोल कसा प्राप्त करावा?
- आत्मविश्वास आणि आत्मबळ : यशाचे शिखर गाठणारे पंख
- साहसी जीवन कसं जगाल : अशक्य कार्य शक्य कसं कराल?
- समग्र लोकव्यवहार : मैत्री आणि नातं निभावण्याची कला
- अपयशावर मात : क्षमताप्राप्तीचे रहस्य
- कसा कराल स्वत:चा विकास आणि प्रशिक्षण : आत्मविकासाची सात पावलं

३. युवकांनी या पुस्तकांचा लाभ घ्यावा :

- आजच्या युवा पिढीसाठी : विचार नियम फॉर यूथ
- नींव नाइन्टी फॉर टीन्स : बेस्ट कसे बनाल?
- श्रीरामांकडून काय शिकाल : नवरामायण फॉर टीन्स

४. **या पुस्तकांद्वारे प्रत्येक समस्येचे समाधान प्राप्त करा**

- स्वास्थ्यप्राप्तीसाठी विचारनियम : मन:शक्तीद्वारे निरामय आरोग्य मिळवा
- स्वीकाराची जादू : त्वरित आनंद कसा प्राप्त करावा?
- भय, चिंता आणि क्रोध यांपासून मुक्ती

५. **या आध्यात्मिक कादंबऱ्यांद्वारे जीवनाचे गूढ रहस्य जाणा**

- योग्य कर्मांद्वारे यशप्राप्ती : सन ऑफ बुद्धा
- शोध स्वत:चा : In Search of Peace
- पृथ्वीलक्ष्य : मृत्यूचे महासत्य
- दु:खात खूश राहण्याची कला : संवाद गीता

www.ingramcontent.com/pod-product-compliance
Lightning Source LLC
LaVergne TN
LVHW100311051026
849517LV00006B/2260
* 9 7 8 9 3 8 7 4 0 8 6 2 3 *